பருவநிலை மாற்றம்
கேள்விகளும் பதில்களும்

பருவநிலை மாற்றம்
கேள்விகளும் பதில்களும்

இரா. மகேந்திரன் (பி. 1976)

இரா. மகேந்திரன் Ph.D., அண்ணா பல்கலைக்கழகத்தில் வேதியியலில் டாக்டர் பட்டம் பெற்ற பின் பிரான்ஸ், போர்ச்சுகல், தென் கொரியா உள்ளிட்ட உலக நாடுகளில் உள்ள புகழ்பெற்ற கல்வி நிறுவனங்களில் ஆய்வு அனுபவம் பெற்றவர்.

மின்னஞ்சல் : *anishmahendran2020@gmail.com*

கைபேசி எண்: 00 91 9715316532

ஜெ. பழனிவேல் (பி. 1964)

ஜெ. பழனிவேல் Ph.D., சென்னை இந்திய தொழில்நுட்பக் கழகத்தில் (IIT) பயோ மெடிக்கல் இன்ஜினியரிங் பிரிவில் எம்.டெக்., பட்டமும், நான் லீனியர் இயக்கவியலில் டாக்டர் பட்டமும் பெற்றவர்.

மின்னஞ்சல் : *jpalanivelcnld@gmail.com*

கைபேசி எண்: 00 91 9952537281

இரா. மகேந்திரன்
ஜெ. பழனிவேல்

பருவநிலை மாற்றம்
கேள்விகளும் பதில்களும்

காலச்சுவடு பதிப்பகம்

அன்பார்ந்த வாசகருக்கு,

வணக்கம்.

காலச்சுவடு நூலை வாங்கியமைக்கு நன்றி.

நூலின் உள்ளடக்கம், உருவாக்கம், அட்டைப்படம் இன்ன பிற அம்சங்கள் பற்றிய உங்கள் கருத்துகளையும் ஆலோசனைகளையும் காலச்சுவடு வரவேற்கிறது. தகவல், எழுத்து, வாக்கியப் பிழைகள் தென்பட்டால் கட்டாயம் தெரிவித்து உதவுங்கள். நூல் தயாரிப்பில் கடும் குறைபாடு இருப்பின் மாற்றுப் பிரதி உங்களுக்குக் கிடைக்கக் காலச்சுவடு ஏற்பாடு செய்யும்.

மின்னஞ்சல்: **publisher@kalachuvadu.com**

காலச்சுவடு நாகர்கோவில் அலுவலகத்திற்குக் கடிதம் அனுப்பலாம்.

தங்கள்
எஸ்.ஆர். சுந்தரம் (கண்ணன்)
பதிப்பாளர் — நிர்வாக இயக்குநர்

பருவநிலை மாற்றம் கேள்விகளும் பதில்களும் ✜ சூழலியல் ✜ ஆசிரியர்: இரா. மகேந்திரன், ஜெ. பழனிவேல் ✜ © R. மகேந்திரன், J. பழனிவேல் ✜ முதல் பதிப்பு: ஜூலை 2023, இரண்டாம் பதிப்பு: டிசம்பர் 2023 ✜ வெளியீடு: காலச்சுவடு பப்ளிகேஷன்ஸ் (பி) லிட்., 669, கே.பி. சாலை, நாகர்கோவில் 629001

paruvanilai maaRRam keeLvikaLum patilkaLum ✜ Environment ✜ Author: R. Mahendran, J. Palanivel ✜ ©. R. Mahendran, J. Palanivel ✜ Language: Tamil ✜ First Edition: July 2023, Second Edition: December 2023 ✜ Size: Demy 1 x 8 ✜ Paper: 18.6 kg maplitho ✜ Pages: 168

Published by Kalachuvadu Publications Pvt. Ltd., 669 K.P. Road, Nagercoil 629001, India ✜ Phone: 91-4652-278525 ✜ e-mail:publications @kalachuvadu.com ✜ Printed at Clicto Print, Jaleel Towers, 42 KB Dasan Road, Teynampet Chennai 600018

ISBN: 978-81-19034-31-4

12/2023/S.No. 1203, kcp 4930, 18.6 (2) rss

சுற்றுச்சூழல் சீரழிவின் பாதகமான விளைவுகளால்
புலம்பெயர்ந்த மக்களுக்கு இந்தப் புத்தகம் சமர்ப்பணம்.

பொருளடக்கம்

முன்னுரை 11

பகுதி I

பருவநிலை மாற்றம் – பறவையின் பார்வையில்

பூமி உருவானது எவ்வாறு? 19

நமது பூமியின் கட்டமைப்புகள் என்னென்ன? 22

மற்ற கிரகங்களைவிட பூமியின் தனித்துவமான பண்புகள் என்ன? 24

'பருவநிலை மாற்றம்' என்றால் என்ன? 27

பருவநிலை நெருக்கடி என்றால் என்ன? 29

'பூமி வெப்பமடைதல்' என்றால் என்ன? 32

பூமி வெப்பமடைதலின் காரணிகள் என்னென்ன? 35

பசுங்குடில் விளைவு என்றால் என்ன? அதன் நன்மை தீமைகள் யாவை? 37

பருவநிலை மாற்றத்திற்கான இயற்கையின் முக்கியக் காரணிகள் யாவை? 41

பருவநிலை மாற்றத்தினை வேகப்படுத்தியதில் மனிதர்களின் செயல்பாடுகள் யாவை? 43

பகுதி II

ஐபிசிசி அறிக்கைகள்

ஐபிசிசி என்றால் என்ன? அதன் பணிகள் யாவை? 49

ஐபிசிசி அறிக்கைகளில் குறிப்பிடப்பட்டுள்ள முக்கியக் கருத்துக்கள் யாவை? 51

ஐபிசிசி–2021, ஐபிசிசி–2022இன் சிறப்பம்சங்கள் என்னென்ன?	53
ஐபிசிசியின் ஆறாவது அறிக்கையில் குறிப்பிடப்பட்டுள்ள சில 'கசப்பான' உண்மைகள் யாவை?	56
ஐபிசிசி – 2021 இந்தியாவுக்கு விடுத்திருக்கும் எச்சரிக்கைகள் யாவை? பருவ நிலை மாற்றத்திற்கு எதிராக இந்தியா எடுத்திருக்கும் நடவடிக்கைகள் என்னென்ன?	58
பாரிஸ் ஒப்பந்தம் என்றால் என்ன? இதன் 20/20/20 இலக்குகள் யாவை?	63
சிஓபி – 26 மாநாட்டின் நோக்கங்கள் என்ன?	65
ஒற்றை சமுத்திர உச்சி மாநாடு – 2022இன் குறிக்கோள்கள் என்னென்ன?	68
'மனித குலத்துக்கான சிவப்புக் குறியீடு' என்றால் என்ன?	70
1.5°C இலக்கு என்றால் என்ன?	72

பகுதி III

பருவநிலை மாற்றத்திற்கான முக்கியக் காரணிகள்

சூரியப் புள்ளிகளும் சூரியப் புயல்களும் பூமி வெப்பமாதலை அதிகரிக்கின்றனவா?	77
கடல் அமிலமயமாக்கல் என்றால் என்ன? அவற்றின் விளைவுகள் யாவை?	79
அதிதீவிர வானிலை நிகழ்வு என்றால் என்ன?	81
பெர்மாஃப்ரோஸ்ட் என்றால் என்ன? இவை உருகுவதால் உண்டாகும் விளைவுகள் யாவை?	85
பருவநிலை மாற்றத்தில் சிமெண்ட் உற்பத்தி, நகரமயமாக்கலின் பங்கு என்ன?	87
நெகிழி (பிளாஸ்டிக்) மாசுபாடு பருவநிலை மாற்றத்தை எவ்வாறு பாதிக்கிறது?	90
ஏரோசோல்கள் என்றால் என்ன? பருவநிலை மாற்றத்தை இவை எவ்வாறு பாதிக்கின்றன?	92
மின், மின்னணுக் கழிவுகள் எவ்வாறு பூமி வெப்பமடைதலை அதிகரிக்கின்றன?	93

பசுங்குடில் வாயுக்களின் உமிழ்வில் கால்நடைகளின் தாக்கங்கள் என்ன? 96

விவசாய நடவடிக்கைகள் பசுங்குடில் விளைவை எவ்வாறு அதிகரிக்கின்றன? 98

பகுதி IV
பருவநிலை மாற்றத்தின் தாக்கங்கள்

உலக அளவில் பனிப்பாறைகள் உருகுவதால் உண்டாகும் விளைவுகள் யாவை? 101

கிரீன்லாந்து பனிப்பாறைகள் வேகமாக உருகிவருவதால் உண்டாகும் பாதிப்புகள் என்ன? 106

பருவநிலை மாற்றம் திசையன் (வெக்டார்) மூலம் பரவும் நோய்களை எவ்வாறு பாதிக்கிறது? 108

எல் நினோ, லா நினா நிகழ்வுகள் என்றால் என்ன? அதன் விளைவுகள் யாவை? 110

பருவநிலை மாற்றத்துடன் 'மேக வெடிப்பு' எவ்வாறு தொடர்புடையது? 112

பருவநிலை மாற்றம் மனிதன்-வனவிலங்கு மோதலையும் காட்டுத்தீயையும் எவ்வாறு தூண்டுகிறது? 114

பருவநிலை மாற்ற விளைவுகளில் 2019ஆம் ஆண்டு ஏன் மிக மோசமானதாகப் பார்க்கப்படுகிறது? 117

2021இல் பருவநிலை மாற்றத்தால் நிகழ்ந்த 'தீவிர நிகழ்வுகள்' என்னென்ன? 119

கார்பன் தடம் என்றால் என்ன? இதை எவ்வாறு குறைப்பது? 121

2022, ஜனவரி 15 அன்று பசிபிக் பெருங்கடலில் டோங்கா தீவின் அருகில் நீருக்கடியில் ஏற்பட்ட எரிமலை வெடிப்பு, உலகளாவிய பருவநிலையைப் பாதிக்குமா? 123

பூமி வெப்பமடைதலைக் கடல் எவ்வாறு குறைக்கிறது? 125

பருவநிலை மாற்றத் தணிப்பில் செயற்கை நுண்ணறிவின் பங்கு என்ன? 127

பூமி வெப்பமடைதல் குறித்து மக்களின் கண்ணோட்டம் என்ன? உலகெங்கிலும் உள்ள மக்கள் பருவநிலை மாற்றத்தை எப்படிப் பார்க்கிறார்கள்? 129

பூமி வெப்பமடைவது தொடர்ந்தால் உண்டாகப்போகும் கடுமையான விளைவுகள் யாவை?	130
உணவுக் கழிவுகளிலிருந்து வெளியேறும் பசுங்குடில் வாயுக்களால் பருவநிலை மாற்றத்தில் ஏற்படும் தாக்கங்கள் என்ன?	133
பருவநிலை மாற்றத்தில் கொரோனாவின் தாக்கம் என்ன?	135
பருவநிலை மாற்றம் தமிழ்நாட்டிற்கு எந்த அளவு அச்சுறுத்தலாக இருக்கும்?	137
2019-20 வெட்டுக்கிளித் தாக்குதல் பருவநிலை மாற்றத்துடன் தொடர்புடையதா?	140
உலகப் பொருளாதார பாதிப்பில் பருவநிலை மாற்றத்தின் தாக்கங்கள் என்னென்ன?	142
நம்முடைய உடல், மன ஆரோக்கியத்தைப் பருவநிலை மாற்றம் எவ்வாறு பாதிக்கிறது?	144
பருவநிலை மாற்றத்தின் முக்கிய அச்சுறுத்தல்கள் யாவை?	146
பருவநிலை மாற்றத்தைத் தடுக்க புதுப்பிக்கத்தக்க ஆற்றல்கள் என்னென்ன தேவை? பருவநிலை மாற்றத் தணிப்பில் இவற்றின் பங்கு என்ன?	149
பருவநிலை மாற்றத்தைப் பற்றிய தவறான புரிதல்களும் உண்மைகளும் என்ன?	151
பருவநிலை மாற்றத்திற்கு எதிராகச் சமூக ஆர்வலர்களின் நடவடிக்கைகள் யாவை?	154
பருவநிலை மாற்ற விளைவுகளை மட்டுப்படுத்துவதில்/ தவிர்ப்பதில் தமிழ்நாடு அரசின் செயல் திட்டங்கள், நடவடிக்கைகள் என்னென்ன?	156
கார்பன் பிடிப்பு, சேமிப்பு என்றால் என்ன? நவீன கார்பன் பிடிப்புத் தொழில்நுட்பங்கள் யாவை?	159
பருவநிலை மாற்றத்தைக் குறைக்க/தவிர்க்க என்னென்ன நடவடிக்கைகள் எடுக்க வேண்டும்?	163

முன்னுரை

கொரோனா வைரஸ் பெருந்தொற்றால் ஏற்பட்டுள்ள பாதிப்புகள் ஒருபுறமிருக்க, பருவநிலை மாற்றம் தொடர்பான தீவிர வானிலை நிகழ்வுகள் ஏற்பட்டுவருவது கவலைக்குரியதாகும். உதாரண மாக பூமி வெப்பமடைதல், இயற்கைவளம் குறைதல், காடழிப்பு, பனிப்பாறைகள் உருகுதல், பல்லுயிர் இழப்பு, அதிதீவிர வானிலை நிகழ்வுகள், கடலின் அமிலத்தன்மை உயர்வு, ஓசோன் படலத் துளை, அமில மழை, நகரமயமாக்கல், நைட்ரஜன் மற்றும் கார்பன் சுழற்சியில் ஏற்றத்தாழ்வு என நமது பூமி எதிர்கொள்ளும் பிரச்சினைகள் ஏராளம். ‘பருவநிலை மாற்றம்’ தற்போது உலகின் முக்கியமான பேசுபொருள். 2021இல் இந்தியா விலும் சீனாவிலும் ஏற்பட்ட பெருவெள்ளம், அமெரிக்கா, துருக்கி, கிரீஸ் நாடுகளில் உருவான கட்டுக்கடங்காத காட்டுத்தீ, வறட்சியின் பிடியில் சிக்கித் தவிக்கும் நாடுகள், பருவம் தவறிய மழைப் பொழிவு, மேகவெடிப்புகள் என உலக நாடுகள் வழக்கத்துக்கு மாறான தீவிர நிகழ்வுகளைச் சந்திக்கக் காரணம் ‘பருவநிலை மாற்றம்’தான். 2022இல், இத்தாலியில் கடந்த 70 ஆண்டுகளில் இல்லாத கடும் வறட்சி, ஆஸ்திரேலியாவில் கடந்த 100 ஆண்டுகளில் இல்லாத பெருவெள்ளம், அசாம் மாநிலத்தில் ஒரு வாரகாலமாகப் பெய்த பெருமழையைத் தொடர்ந்த வெள்ளம்,

இமாச்சலப் பிரதேசத்தில் மேக வெடிப்பினால் ஏற்பட்ட திடீர் வெள்ளம் எனப் பருவநிலை மாற்றத்தின் மோசமான விளைவுகளை இப்புவிக்கோளம் சந்தித்துக்கொண்டிருக்கிறது. 2022இல் கோதுமை, எலுமிச்சை, தக்காளிப் பழங்களின் விலை உயர்வுக்குக் காரணம் பருவநிலை மாற்றமே.

1850ஆம் ஆண்டிலிருந்து தொழிற்புரட்சிக்குப் பிறகு, பூமியின் சராசரி வெப்பநிலை சுமார் 1.1°C உயர்ந்துள்ளது. கடந்த 1,25,000 ஆண்டுகளில் பூமி இவ்வளவு வெப்பமாக இருந்ததில்லை என்று பருவநிலை மாற்றத்தை ஆராய்ச்சி செய்துவரும் விஞ்ஞானிகளில் 98% பேர் உறுதி செய்துள்ளனர். பருவநிலை மாற்றம், 2030–2050 இடையில், ஆண்டுக்குச் சுமார் 2,50,000 இறப்புகளை ஏற்படுத்தும் என்றும் இந்த நிலை மிகவும் மோசமடையும் என்பதும்தான் பருவநிலை மாற்றம் தொடர்பான சர்வதேச அரசுக் குழு (ஐபிசிசி) மனித குலத்திற்கு விடுத்திருக்கும் எச்சரிக்கை. இந்தக் குழு அறிவியல்பூர்வமாகப் பருவநிலை மாற்றத்தை மதிப்பிடும் ஐக்கிய நாடுகள் சபையாகும். ஐபிசிசி பருவநிலை மாற்றம் தொடர்பான முக்கிய அறிக்கைகளை 1990, 1995, 2001, 2007, 2014, 2021, 2022இல் வெளியிட்டுள்ளது. 'பருவநிலை மாற்றம் 2021: இயற்பியல் அடிப்படையில்' என்பது ஐபிசிசியின் ஆறாவது மதிப்பீட்டு அறிக்கையாகும். உலகின் வெப்பநிலை 1.5°C உயர்ந்தால், உணவுப் பற்றாக்குறை, உணவுப் பொருட்களின் விலை உயர்வு, வாழ்வாதாரம் பாதிப்பு, மக்கள் புலம்பெயர்தல் போன்ற பல விளைவுகளை நாம் சந்திக்கக்கூடும் என்று இந்த அறிக்கை குறிப்பிடுகிறது.

காடுகளை அழிப்பது, காற்றை மாசுபடுத்துவது, புதை படிம எரிபொருள் வாகனங்களைப் பயன்படுத்துவது என பூமியின் வெப்பம் அதிகரிக்கத் தெரிந்தும் தெரியாமலும் நாம் ஒவ்வொருவரும் காரணமாகிறோம். இதன் விளைவை நாம் மட்டுமல்ல; எதிர்கால;r சந்ததிகளும் மிகமோசமாக எதிர்கொள்ளப்போகிறார்கள் என்பது தவிர்க்க முடியாத உண்மை. 2019–2022 ஆண்டுகளில் உலகம் எதிர்கொண்ட மிகப்பெரிய பிரச்சினை, கொரோனா வைரஸ்தான். ஆனால், நாம் கொரோனாவுக்குத் தடுப்பு மருந்துகளைக் கண்டுபிடித்து கட்டுப்படுத்திவிட்டோம். இந்தத் தொற்றிலிருந்து நாம் மீண்டு வந்துவிட்டாலும்கூடப் பருவநிலை மாற்றம் என்கிற பேராபத்து, மனித குலத்துக்குப் பெரும் அச்சுறுத்தல். 'கொரோனா வைரஸ் நெருக்கடியைப் போலவே பருவநிலை மாற்றத்திற்கும், நாம் கவனத்துடன் செயல்பட வேண்டும்' என உலக செஞ்சிலுவைச் சங்கம் கூறியுள்ளது கவனத்திற்குரியதாகும்.

உலகின் வெப்பநிலை அடுத்த 12 ஆண்டுகளுக்குள், 1.5°C என்கிற இலக்கைக் கடந்துவிடும் அளவுக்கு நமது செயல்பாடுகள் உள்ளன. இதே நிலை தொடர்ந்தால் இந்த நூற்றாண்டின் இறுதிக்குள் 3°C வெப்பநிலை அதிகரித்துவிடும் அபாயம் உள்ளது. 2019ஆம் ஆண்டில் மட்டும் உலகம் 308 இயற்கைப் பேரழிவுகளால் பாதிக்கப்பட்டது. இதில் 77% பேரழிவுகள் 'பருவநிலை மாற்றம்' தொடர்பானவையாகும். உலகளாவிய இறப்புகளில் சுமார் 10%, அதிக வெப்பம்/கடுங்குளிரால் ஏற்படுகிறது. பருவநிலை மாற்றத்தின் இன்னொரு மோசமான நிகழ்வாக, 2015ஆம் ஆண்டில், ஆராய்ச்சியாளர்கள், திபெத்தின் பனிக்கட்டிகளிலிருந்து 15,000 வருடங்கள் பழமையான 33 வைரஸ்களைக் கண்ட றிந்தனர். 'ஆயிரக்கணக்கான வைரஸ்கள் இதுபோன்ற பனிப்பாறைகளுக்கு இடையில் உறைந்து இருக்கலாம்' என்றும் 'பூமி வெப்பமயமாவதால், இந்தப் பனிப்பாறைகள் உருகி இந்த வைரஸ்கள் உயிர்ப்புடன் மக்களைப் பாதிக்கலாம்', என்றும் ஆய்வுகள் எச்சரிக்கின்றன. 2022இல், ரஷ்யாவின் சைபீரியா பகுதியில், ஆராய்ச்சியாளர்கள் சுமார் 48,500 ஆண்டுகளாக ஏரியில் புதைந்திருந்த "ஜாம்பி வைரஸை"க் கண்டறிந்தனர். இவை பல ஆயிரம் ஆண்டுகளாக உறைந்த நிலையில் இருந்த போதிலும், இன்னும் மனிதர்களைத் தாக்கும் 'திறனை'க் கொண்டிருந்ததாகத் தெரிவித்தனர். பருவநிலை மாற்றத்தால் பனிப்பாறைகள் உருகிவருவதால், விலங்குகள் அல்லது மனிதர் களைத் தாக்கும் வைரஸ்கள் மீண்டும் 'புத்துயிர்' பெற்றால், அது மிகப் பெரிய பாதிப்பைத் தரும் என்று ஆராய்ச்சியாளர்கள் எச்சரித்துள்ளனர்.

2021 இயற்பியலுக்கான நோபல் பரிசு ஸ்கூரா மனாபே, கிளாஸ் ஹாசல்மேன் ஆகியோரின் பூமியின் வானிலையில் இயற்பியல் மாதிரிக்காகவும், பூமி வெப்பமடைதலின் மாறு பாட்டை அளவிட்டுத் துல்லியமாகக் கணித்ததற்கும், ஹாசல்மேன், கார்பன் டை ஆக்சைடு உமிழ்வு வளிமண்டலத்தில் வெப்பநிலையை அதிகரிக்கிறது என்பதை நிரூபிக்கும் மாதிரி களை உருவாக்கியதற்காகவும் வழங்கப்பட்டது. பருவநிலை மாற்றத்தின் தீவிரத்தை இதன் மூலம் நாம் உணரலாம். பருவநிலை மாற்றம் உண்மையில் நடக்கிறதா? அப்படியென்றால் இதில் நமது செயல்பாடுகளின் பங்கு என்ன? பருவநிலை மாற்றம் தொடர்ந்தால் கடல் மட்டத்தில் உண்டாகவிருக்கும் மாற்றங்கள் என்ன? இதைத் தடுக்க நாம் என்னென்ன நடவடிக்கைகள் எடுக்க வேண்டும்? அதிதீவிர வானிலை நிகழ்வுகள் அடிக்கடி நிகழக் காரணங்கள் என்ன என்பன போன்ற கேள்விகளுக்கான

பதில்களையும் அது தொடர்பான சமீபத்திய அறிவியல் பூர்வமான தகவல்களையும் ஐபிசிசி – 2021–2022 அறிக்கைகள் சார்ந்தும் இந்த நூல் தொகுக்கப்பட்டுள்ளது.

சூழலியல், பருவநிலை மாற்றம் பற்றிய விழிப்புணர்வு நம்மிடையே மிகவும் அவசியம் என்பது மறுக்க முடியாதது. பாடத் திட்டங்கள் சூழலியல் பற்றிய அறிவைப் புகட்ட முற்பட்டாலும், அது மாணவர்களிடையே தேர்வுக்கான வினா, விடையாக முடிந்துபோகிறது. வாழ்க்கை நடைமுறைகளில் பருவநிலை மாற்றம் குறித்த எச்சரிக்கை உணர்வின்றி நாம் செயல்பட்டதன் விளைவே இப்பூவுலகம் பேராபத்தின் விளிம்பை நோக்கி உருண்டோடக் காரணமாயிற்று. பருவநிலை மாற்றம், அதன் விபரீதமான விளைவுகள் ஆகியவற்றைத் தெளிவுபடுத்துவதே இந்நூலின் நோக்கம். பேரண்டம் பற்றிய ஆய்வுக் கட்டுரைகள், பருவநிலை மாற்றம் குறித்த பன்னாட்டு அறிக்கைகள் ஆகியவற்றின் அடிப்படையில் கேள்வி பதில் வடிவில் இந்நூல் தொகுக்கப்பட்டுள்ளது.

நூலில் பிழைகளைத் திருத்தியும், ஓவியங்கள் வரைந்தும் உதவி புரிந்த பூ. சுதா அவர்களுக்கு மிக்க நன்றி. இந்த நூல் சிறப்புற வர உதவி செய்த பூ. சத்திய நாராயணன், வெ. ஜெயராம், ப. அருள் செல்வி, ப. சங்கரி, ப. தீபிகா, ம. அனிஷ் அவர்களுக்கும் எங்கள் மனமார்ந்த நன்றி. இந்நூலைச் சிறந்த முறையில் உருவாக்கிக் கொடுத்திருக்கும் காலச்சுவடு பதிப்பகத்திற்கு எங்கள் உளமார்ந்த நன்றி.

தஞ்சாவூர்	இரா. மகேந்திரன்
27-07-2023	ஜெ. பழனிவேல்

பகுதி I
பருவநிலை மாற்றம் – பறவையின் பார்வையில்

1

பூமி உருவானது எவ்வாறு?

சுமார் 1380 கோடி ஆண்டுகளுக்கு முன்னர், ஆற்றல் மிக்க துகள்கள் எல்லாம் மிகச் சிறிய, மிக அடர்த்தியான புள்ளியில் ஒன்றிணைந்து, கற்பனை செய்ய முடியாத சக்தியுடன் வெடித்து, இந்தப் பிரபஞ்சத்தில் பில்லியன் கணக்கான விண்மீன் திரள்களை உருவாக்கின. இதுவே “பெருவெடிப்பு” ஆகும். இதிலிருந்துதான் காலம், பிரபஞ்சம் அனைத்தும் தோன்றின. இந்தப் பெருவெடிப்பின்போது ஆற்றல் ‘பொருளாக’ மாறியது. தற்போது, பிரபஞ்சம் முழுவதிலும், பொருள் ‘ஆற்றலாக’ மாறுகிறது.

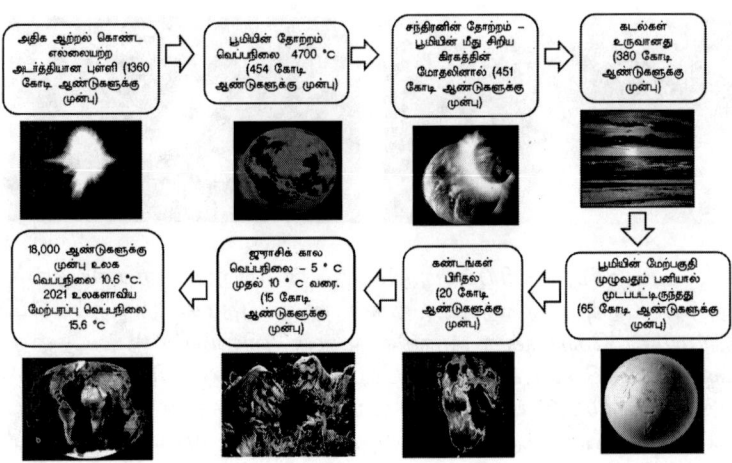

இந்த வெப்பநிலையில் அணுக்கள் எதுவும் உருவாகவில்லை. வெப்பநிலை குறையக்

குறைய, அணுத்துகள்களின் அடிப்படைக் கட்டமைப்பான குவார்க்ஸ் எனப்படும் துகள்கள் ஒன்றுசேர்ந்து, அணுவை உருவாக்கும் புரோட்டான், நியூட்ரான், எலக்ட்ரான், ஆன்டி-எலக்ட்ரான், ஃபோட்டான், நியூட்ரினோ போன்ற துகள்களை உருவாக்கின. இதில், பால்வெளி மண்டலத்தில் அதிகமாக இருப்பது ஹைட்ரஜன், ஹீலியம் வாயுக்கள் மட்டுமே (ஹைட்ரஜன் – 74%, ஹீலியம் – 24%). மிகச் சிறிய அயனி நிலையில் உள்ள ஹைட்ரஜன் அணுக்கள் 'புரோட்டான்கள்' ஆகும். குவார்க்குகளிலிருந்து உருவாகக்கூடிய நிலையான துகள்கள் புரோட்டான்கள் மட்டுமே. காலப்போக்கில், புரோட்டான்களும் நியூட்ரான்களும் அணுக்கருவாகவும், எலக்ட்ரான்கள் அவற்றைச் சுற்றி வரவும் ஒழுங்கமைக்கப்பட்டன. முதல் நட்சத்திரம் 1,325 கோடி ஆண்டுகளுக்கு முன்பு உருவானது. நமது சூரியக் குடும்பம் 460 கோடி ஆண்டுகளுக்கு முன்பு உருவானதாக அறியப்படுகிறது. பூமி சுமார் 450 கோடி ஆண்டுகள் பழமையானது.

லூசி விண்கலம்

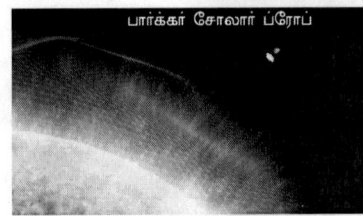

பார்க்கர் சோலார் ப்ரோப்

ஜேம்ஸ் வெப் தொலைநோக்கி

2021இல், சூரியக் குடும்பத்தின் 'பிறப்பு' ரகசியத்தை அறிய உதவும் புதைபடிவங்கள் இருப்பதாகக் கருதப்படும் வியாழன் கோளுக்கு அருகில் உள்ள 'விண்கல் கூட்டத்தை' ஆராய்ச்சி செய்யக் கிளம்பியது நாசாவின் 'லூசி விண்கலம்'. டிசம்பர் 2021இல், சூரிய வளிமண்டலத்தின் வெளிப்புற 'கரோனா' பகுதிக்குள் நாசாவின் 'பார்க்கர் சோலார் ப்ரோப்' விண்கலம் நுழைந்து வரலாறு படைத்தது. சூரியனின் வளிமண்டலத்தில் ஒரு விண்கலம் நுழைவது இதுவே முதன் முறையாகும். இதுவரை எந்த விண்கலமும் செல்லாத

அளவிற்கு சூரியன் அருகில் சென்று, அதனை ஆராய்வதற்காக 2018ஆம் ஆண்டு இது அனுப்பப்பட்டது. ஏப்ரல் 28, 2021ஆம் தேதி நிகழ்ந்த இந்த நிகழ்வை நாசா தற்போது உறுதி செய்துள்ளது. டிசம்பர் 25, 2021 அன்று நாசா, இந்திய மதிப்பில் ரூ. 75,000 கோடி உள்ள 'ஜேம்ஸ் வெப் விண்வெளி தொலை நோக்கியை' விண்ணில் ஏவியது. பால்வீதியில் பூமியைப் போன்று உயிர் இருப்பதற்குச் சாத்தியமான புறக்கோள்கள் இருக்கின்றனவா, பெருவெடிப்பிலிருந்து விண்மீன் கூட்டங்கள் எவ்வாறு உருவாகின என்பதைக் கண்டறியும் நோக்கில் இத்தொலைநோக்கி செலுத்தப்பட்டது. இது பூமியிலிருந்து 15 லட்சம் கிலோமீட்டர் தொலைவில் நிலைநிறுத்தப் பட்டுள்ளது. அமெரிக்க, ஐரோப்பிய, கனடிய விண்வெளி முகமைகள் சேர்ந்து உருவாக்கியது தான் இந்த விண்வெளி தொலைநோக்கி. முக்கியமாக பிரபஞ்சம் உருவானபோது தோன்றிய நட்சத்திரங்களைப் பற்றி ஆய்வு செய்யவும், நமது பூமி மற்றும் அண்டத்தின் தோற்றத்தைப் பற்றி அறியவும் இந்தத் தொலைநோக்கி உருவாக்கப்பட்டது.

2

நமது பூமியின் கட்டமைப்புகள் என்னென்ன?

பூமியின் கட்டமைப்பு மூன்று முக்கிய அடுக்குகளைக் கொண்டுள்ளது. இவை மேல் அடுக்கான பூமித்தட்டு, அதற்குக் கீழே அமைந்துள்ள 'மென்டில்' எனப்படும் இரண்டாம் அடுக்கு, மற்றும் உட்கரு எனப்படும் மையம்.

பூமித்தட்டு (கிரஸ்ட்) – இது பூமிக் கோளத்தைப் 'போர்வை' போல் மூடியுள்ள மேல் ஓடு ஆகும். பூமி குளிர்வடைந்து கெட்டியானதால் இதன் மேற்பரப்பு திடத்தன்மை பெற்றுள்ளது. பூமியின் மேற்பகுதி சுமார் 70% நீராலும், 30% நிலத்தாலும் சூழப்பட்டுள்ளது. இந்த அடுக்கு, பூமியின் மேற்பரப்பிலிருந்து 70கி.மீ. ஆழம் வரை அமைந்துள்ளது. இது கண்ட ஓடு, சமுத்திர ஓடு என இரண்டாகப் பிரிக்கப்படுகிறது. 1970களில், பூமியின் மேலோட்டைத் துளையிட ரஷ்யா முயற்சித்தது. அதுதான் 'கோலா சூப்பர்டீப் போர்ஹோல்'. துளையிடக் காரணம், சூரிய மண்டலத்தின் மறுபக்கத்தில் இருப்பதை நாம் அறிந்துள்ளதை விட நம் காலடியில் உள்ளதைப் பற்றி குறைவாகவே அறிந்துள்ளோம் என்பதாகும். 1994ஆம் வருடத்தில், 12.1 கி.மீ. ஆழம் தோண்டிய போது, வெப்பநிலை சுமார் $180^\circ C$ இருந்தது. இது விஞ்ஞானிகள் கணித்ததை விட சுமார் $80^\circ C$ அதிக வெப்பமாகும். சூடான 'மாக்மா' தாக்கத்தால், இதற்கு மேல் தோண்டுவது சாத்தியம் இல்லை என்ற நிலையில் ஆய்வாளர்கள் துளையிடுவதை நிறுத்தினர். தற்போதுவரை இந்தத் துளைதான் செயற்கையாக ஏற்படுத்தப்பட்ட மிக ஆழமான துளையாகும்.

மென்டில் – இது சுமார் 2,900 கி.மீ. தடிமன் கொண்டது. இந்த அடுக்கில் நிலவும் அதிக வெப்பம் காரணமாக, இங்குள்ள கனிமப்பொருட்கள் உருகி 'குழம்பு' போன்ற நிலையில் உள்ளன.

இரா. மகேந்திரன், ஜெ. பழனிவேல்

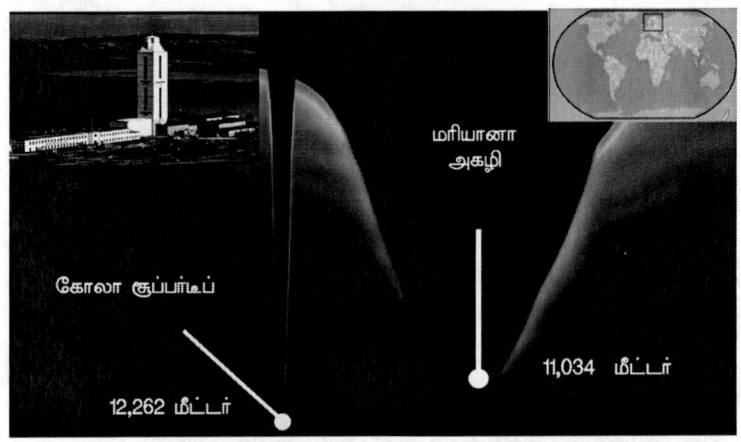

மரத்துண்டுகள் தண்ணீரில் மிதப்பதுபோல பூமியின் 'மேலோடு' மேன்டலில் மிதக்கிறது. இந்த மேலோடுகளில் உள்ள பாறைகளின் நகர்தல் காரணமாக பூகம்பங்கள், எரிமலைகள், மலைத்தொடர்கள் பூமியின் மேற்பரப்பில் உருவாகின்றன.

உட்கரு – இந்த அடுக்குப் பெரும்பாலும் இரும்பு (85%), நிக்கல் (10%) போன்ற உலோகப் பொருட்களால் நிரம்பியுள்ளது. 2017இல், பூமியின் உள் மையப்பகுதியில் இரும்பு, நிக்கலுக்குப் பிறகு, குறிப்பிடத்தக்க அளவு சிலிக்கான் (சுமார் 5%) இருப்பதை ஜப்பான் விஞ்ஞானிகள் கண்டறிந்தனர். பூமி தோன்றிய ஆரம்ப பருவத்தில், நெருப்புக் கோளத்தைப்போல் அதிக வெப்ப நிலையில் இருந்தது. இந்த வெப்ப ஆற்றலின் காரணமாக பூமியின் உள்புறத்தில் இருந்த உலோகங்கள் உருகியிருந்தன. பூமியின் மையத்தில் நிலவும் ஈர்ப்பு விசையின் காரணமாகவே, கனமான உலோகங்கள் பூமியின் மையப்பகுதியை நோக்கி ஈர்க்கப்பட்டன.

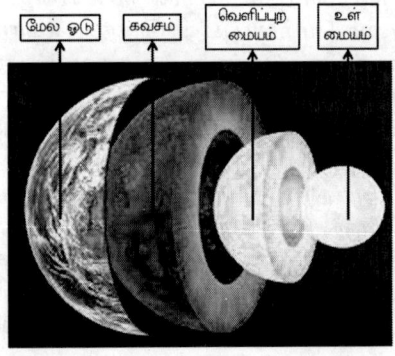

3

மற்ற கிரகங்களைவிட பூமியின் தனித்துவமான பண்புகள் என்ன?

சூரியனிலிருந்து பூமி சுமார் 1,49,598,262 கி.மீ. தொலைவில் உள்ளது. சூரியனிலிருந்து வெளியேறும் சூரிய ஒளி பூமியை அடைய 8 நிமிடங்கள் ஆகின்றன. இது சூரிய மண்டலத்தில் உள்ள ஐந்தாவது பெரிய கிரகம். இதுவரை, நாசாவால் 5,000க்கும் மேற்பட்ட புறக்கோள்கள் (எக்ஸோ பிளானெட்ஸ்) கண்டுபிடிக்கப்பட்டுள்ளன. புறக்கோள் என்பது நமது சூரிய மண்டலத்திற்கு வெளியே உள்ள கிரகம். இது மற்றொரு 'சூரியனை' (நட்சத்திரத்தை) சுற்றி வருகிறது. இதில், 54 புறக்கோள்களில், நீர் திரவ நிலையில் இருந்ததை ஆராய்ச்சியாளர்கள் கண்டறிந்துள்ளனர். ஆனால், பூமியில் மட்டுமே காற்று, நீர் மற்றும் வெப்பநிலை சரியான விகிதத்தில் உள்ளது. சூரிய மண்டலத்தில் 'டெக்டோனிக்ஸ்' என்கிற மேல்தட்டு உள்ள ஒரே கோள் பூமி மட்டுமே. பூமியைப் பிரித்தால், 32% இரும்பு, 30% ஆக்ஸிஜன், 15% சிலிக்கான், 14% மெக்னீசியம், 9% இதர தனிமங்கள் கிடைக்கும். இதில், இரும்பின் பெரும்பகுதி பூமியின் மையத்தில் உள்ளது. இதனால் தான், பூமி மிகப்பெரிய 'காந்தம்' போன்று உள்ளது. இந்தக் காந்தப்புலம் மேற்பரப்பில் இருந்து சுமார் 65,000 கி.மீ. வரை நீண்டுள்ளது. அதாவது, பூமியைப் போன்று 11 மடங்கு பெரிதாக இருக்கிறது. இந்த காந்தப்புலத்தின் பணியே, தீங்கு விளைவிக்கும் சூரிய கதிர்வீச்சு பூமிக்குள் நுழையாமல் தடுப்பதுதான். 2015ஆம் ஆண்டு, சூரியப் புள்ளி வெடித்ததால், சூரியனிலிருந்து மின்னூட்டம் பெற்ற துகள்கள் பூமியைத் தாக்கின. இந்த அயனித்துகள்கள், பூமியைச் சுற்றி இருக்கும் காந்தப்புலத்தைத் தாக்கியதால், சிறிதளவு பாதிப்பு மட்டுமே ஏற்பட்டது.

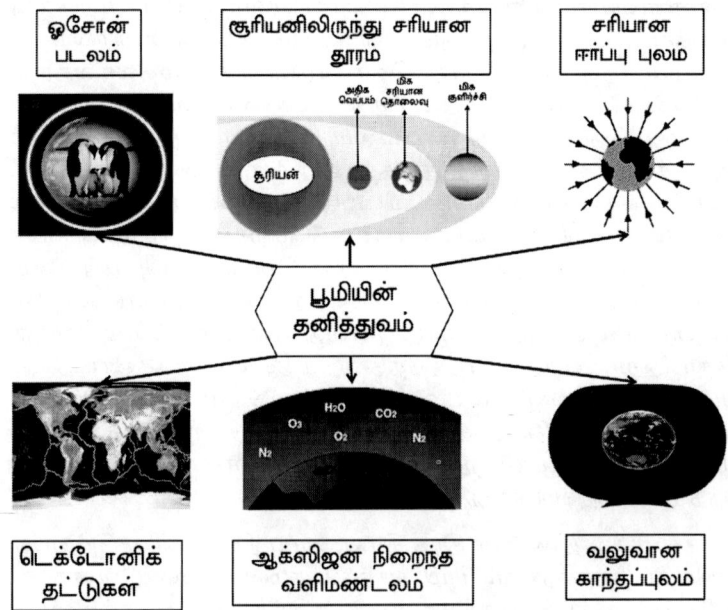

புதன் கிரகம் சூரியனுக்கு மிக அருகில் உள்ளது. பகலில் அதிகபட்ச வெப்பமாக 430°C யும், இரவில் – 170°C யும் உள்ளது. புதன் கிரகத்தில் வளிமண்டலம் கிடையாது. அடுத்ததாக வெள்ளி, இந்தக் கிரகத்துக்கு ரஷ்யாவும் அமெரிக்காவும் அனுப்பிய விண்கலங்கள், அங்கு நிலவும் பயங்கரக் காற்ற ழுத்தம் காரணமாக நொறுங்கின. மேலும், வானிலிருந்து 'அமில மழையும்' பொழிகிறது. சூரியனிலிருந்து நான்காவதாக அமைந்த செவ்வாயில் சூரிய வெப்பத்தின் தாக்கம் குறைவு, மற்றும் மெல்லிய காற்று மண்டலம் தான் உள்ளது. பூமியை விட ஈர்ப்புவிசை குறைவு என்பதால், இந்தக் கோள் வளிமண்டலத்தைப் பிடித்து வைத்துக்கொள்ள இயலாமல் கொஞ்சம்கொஞ்சமாக இழந்துவருகிறது. செவ்வாயின் துருவப் பகுதியில் பனிக்கட்டிகள் இருந்தாலும், இதன் வளிமண்டல அடர்த்தியின்மை காரணமாகப் பனிக்கட்டிகள் உருகி நீராக மாறாமல் நேரடியாக ஆவியாகிறது (சப்லிமேஷன்).

2009இல் சந்திரனில் நீர் இருப்பதை, இந்திய வானிலை ஆராய்ச்சி நிலையமான இஸ்ரோ தனது சந்திரயான் திட்டத்தின் மூலம் கண்டறிந்தது. சனிக் கிரகத்தின் 'டைட்டன்' துணைக்கோள் கரிம மூலக்கூறுகளையும், ஆக்ஸிஜனையும் கொண்டுள்ளது. 'நெபுலாக்களில்' அமினோ அமிலங்கள்கூட

உள்ளன. வியாழன் கிரகத்தின் நிலவான 'யூரோபாவின்' மேற்பரப்பு பனிக்கட்டியால் ஆனதாகும். ஆனால், பூமி மட்டுமே உயிரினங்கள் வாழும் 'தகவமைப்பை' கொண்டுள்ளது. முதலாவதாக, பூமியில் போதுமான அடர்த்தி கொண்ட வளிமண்டலம் உள்ளது. இந்தக் காற்று மண்டலம், சூரியனிலிருந்து வருகின்ற ஆபத்தான கதிர்களைத் தடுத்து உயிரினங்களைக் காக்கிறது. உயிரினங்களுக்குத் தீங்கு விளைவிக்கக்கூடிய புற ஊதாக் கதிர்களை ஓசோன் மண்டலம் தடுக்கிறது. அமெரிக்காவின் நாசா மற்றும் ஐரோப்பாவின் விண்வெளி ஆய்வு நிறுவனம் மேற்கொண்ட சமீபத்திய ஆய்வில், நமது வளிமண்டலத்தின் எல்லை நிலவையும் தாண்டி நீள்வது கண்டறியப்பட்டுள்ளது. 'சோஹோ' எனும் எந்திரத்தின் உதவியுடன் கண்டறியப் பட்டிருக்கும், வளிமண்டலத்தின் எல்லை சுமார் 6,30,000 கி.மீ. வளிமண்டலத்தின் இந்த நீண்ட நெடிய பகுதி 'ஜியோ கரோனா' என்று அழைக்கப்படுகிறது. இந்த ஜியோ கரோனா பகுதியில்தான் சந்திரன் சுற்றிவருகிறது.

பூமியில் தண்ணீர் திட, திரவ, வாயு நிலைகளில் இருப்பது குறிப்பிடத்தக்கதாகும். பூமி தகுந்த பருமன் கொண்டுள்ளதால், சரியான ஈர்ப்பு சக்தி உள்ளது. இந்த ஈர்ப்பு சக்தியைக் கொண்டுதான் வளி மண்டலத்தைப் 'பிடித்து' வைத்துள்ளது. பூமி தனது அச்சில் உகந்த வேகத்தில் சுற்றுவதால், பெரும் பாலான பகுதிகளில் கடும் குளிரோ, கடும் வெப்பமோ இல்லை. மேலே குறிப்பிட்ட அம்சங்கள் அனைத்தும் சேர்ந்து பூமியில் 'உயிரினங்கள்' தோன்றித் தழைக்க உதவியுள்ளன. எனவே, உயிரினங்கள் வாழும் சூழல் உள்ள கோளான பூமியைப் பாதுகாத்து நமது வருங்காலத் தலைமுறையினருக்கு விட்டுச் செல்வது நமது தலையாய கடமை.

4

'பருவநிலை மாற்றம்' என்றால் என்ன?

கிரேக்க வார்த்தையான கிளைமேட் (பருவநிலை) என்பதன் மூலச்சொல் 'க்ளிமா'. இதன் பொருள் சாய்வு/சரிவு. வானிலை (வெதர்) மற்றும் பருவநிலைக்கு (கிளைமேட்) இடையிலான வேறுபாட்டைக் காண்போம். வானிலை என்பது வளிமண்டலத்தில் ஒவ்வொரு நாளும் நடக்கும் நிகழ்வுகளின் கலவை யாகும். இது வளிமண்டலத்தின் குறுகிய கால மாற்றங்களைக் குறிக்கிறது. பொதுவாக, வானிலை என்பது காற்றழுத்தம், வெப்பநிலை, ஈரப்பதம், காற்றின் வேகம் மற்றும் திசை போன்ற காரணிகளைப் பொறுத்தது. வழக்கமாக 24 முதல் 48 மணி நேரம் வரையிலான, வானிலையை நாம் கணிக்கலாம். மாறாக, பருவநிலை என்பது ஒரு குறிப்பிட்ட பகுதியில், நீண்ட காலத்திற்கு வானிலையில் ஏற்படும் மாற்றத்தைக் குறிப்பதாகும். ஒரு இடத்தின் பருவநிலையைக் கணிக்க, அந்த இடத்தின் சராசரி மழை மற்றும் பனிப் பொழிவு, வெப்பநிலை, ஈரப்பதம், காற்றழுத்தம், கடலின் வெப்பநிலை, சூரிய ஒளி, காற்றின் போக்கு போன்ற அளவீடுகளை நாம் கணக்கில் எடுத்துக்கொள்ளவேண்டும். சுருக்கமாக, வானிலை என்பது நமது 'மனநிலை' என்றால், பருவநிலை என்பது நமது 'குணம்'.

பருவநிலை மாற்றம் மற்றும் பூமி வெப்ப மடைதல் ஆகிய சொற்கள் அடிக்கடி மாறாகப் பயன்படுத்தப்படுகின்றன. பருவநிலை மாற்றம் என்பது சராசரி வானிலையில் ஏற்படும் தொடர்ச்சி யான மாற்றங்களைக் குறிக்கிறது. கணிக்க முடியாத அதிதீவிர நிகழ்வுகள், இடம்பெயரும் வனவிலங்குகள், உயரும் கடல்மட்டம், உருகும் பனிப்பாறை, பெரு வெள்ளம், தொடர் வறட்சி, திடீர் பனிப்பொழிவு, கட்டுக்கடங்கா காட்டுத்தீ

என்று பூமி வெப்பமடைவதலால் ஏற்படக்கூடிய அனைத்துப் பாதிப்புகளையும் உள்ளடக்கியதுதான் 'பருவநிலை மாற்றம்'. பூமி வெப்பமடைதல் என்பது பருவநிலை மாற்றத்தின் ஒரு பிரிவாகும். 'கார்பன் டை ஆக்சைடு' மற்றும் பருவநிலை மாற்றத்தில் அதன் பங்கு' என்ற ஆய்வறிக்கையானது, மனிதர்களால் உண்டாகக்கூடிய பருவநிலை மாற்றத்தைக் குறிப்பிடும் பதிவுகளில் முதலாவதாகும். இது "பருவநிலை மாற்றம்" என்ற வார்த்தையை முதன்முதலில் அறிமுகப்படுத்திய ஆய்வறிக்கை யாகும். "இந்தியாவின் பருவநிலை மாறுகிறதா?" என்ற தலைப்பில், 1910இல் நேச்சர் ஆய்விதழில் வெளியான அறிக்கை, இந்தியாவில் பருவநிலை மாறிவருவதைப் பற்றி சுமார் 110 ஆண்டுகளுக்கு முன்னரே குறிப்பிட்டது.

பருவநிலை மாற்றங்கள் குறுகிய காலங்களிலும் நிகழ்கின்றன. உதாரணமாக, 'லிட்டில் ஐஸ் ஏஜ்' சில நூறு ஆண்டுகள் மட்டுமே நீடித்தது. இந்தப் பருவத்தில், சராசரி உலக வெப்பநிலை இன்று இருப்பதைவிட $1-1.5^{\circ}C$ குறைவாக இருந்தது. 300 ஆண்டுகளுக்கும் மேலான மரங்களின் வளையங்களை ஆய்வு செய்ததின் மூலம், இந்தச் சிறிய பனியுகத்தை விஞ்ஞானிகள் கண்டறிந்தனர். பூமியின் பருவநிலை மாற்றங்களைப் பற்றிய படிப்புக்கு 'பேலியோக்ளிமாட்டாலஜி' என்று பெயர். பழங்கால வெப்பநிலையைக் கணிக்க, மரத்தைக் குறுக்காக வெட்டினால் தெரியும் வளையங்கள், பனிப்பாறைகள், கடல் வண்டல், பவளப் பாறைகள் பயன் படுத்தப்படுகின்றன. பூமியின் பருவநிலை பல முறை மாறிவிட்டது. எடுத்துக்காட்டாக, கிரெட்டேசியஸ் காலத்தின் (144 மில்லியன் ஆண்டுகளுக்கு முன்பு) புதைபடிவங்கள், பூமி இன்று இருப்பதைவிட மிகவும் வெப்பமாக இருந்ததைக் காட்டுகின்றன. குறிப்பாக, வெப்பமான சூழலில் வாழும் தாவரங்கள் மற்றும் விலங்குகளின் படிமங்கள், இன்று பனிப்பாறைகளில் கண்டுபிடிக்கப்பட்டுள்ளன. உதாரணமாக, இப்போது வெப்பமண்டலங்களில் காணப்படும் மரங்கள், வடக்கு கிரீன்லாந்திலும் கண்டறியப்பட்டுள்ளன. பூமியில் பெரிய பனி யுகங்களும் இருந்திருக்கின்றன. இந்தக் காலகட்டங்களில், பூமியின் வெப்பநிலை குறைந்து, பனிக்கட்டிகள் மற்றும் பனிப்பாறைகள் உருவாகின. மிக சமீபத்திய பனி யுகம் சுமார் 2 மில்லியன் ஆண்டுகளுக்கு முன்பு தொடங்கி 20,000 ஆண்டுகளுக்கு முன்பு உச்சத்தை அடைந்தது. பனிக்கட்டிகள்/ பனிப்பாறைகள் உருகுவது 18,000 ஆண்டுகளுக்கு முன்பு தொடங்கியது.

5

பருவநிலை நெருக்கடி என்றால் என்ன?

பருவநிலை மாற்ற அவசரநிலை என்பது பருவநிலை மாற்றத்தைக் குறைப்பதற்கும், நிறுத்துவதற்கும், மீளமுடியாத சுற்றுச்சூழல் பாதிப்பைத் தவிர்ப் பதற்கும் எடுக்கப்பட வேண்டிய அவசரகால நடவடிக்கையாகும். பூமியின் பருவநிலையில் ஏராளமான மாற்றங்கள் ஏற்பட்டுக்கொண்டிருக்கின்றன. தற்போதைய பருவநிலை அவசரநிலைக்குக் காடழிப்பும் ஒரு காரணம். அமேசான் காட்டையே எடுத்துக் கொண்டால், அது ஒவ்வொரு ஆண்டும் சுமார் 52,000 சதுர கி.மீ. அளவுக்கு அழிந்து வருகிறது. ஏற்கெனவே, 20% பரப்பளவுள்ள அமேசான் காட்டை நாம் இழந்திருக்கிறோம். உலகின் மிகப்பெரிய மழைக்காடான, அமேசான் சுமார் 5,500,000 சதுர கிலோமீட்டர் பரப்பளவைக் கொண்டது. இது, இந்தியாவைவிட இரண்டு மடங்கு பெரியதாகும். இந்தக் காட்டில், 2019, ஆகஸ்ட் 15–19 இல் தீப்பிடிக்கத் தொடங்கியது. இதனால், 2.5 பில்லியன் தாவரங்களும், 16.95 மில்லியன் விலங்குகளும் அழிந்துள்ளன. மேலும், அமேசான் இப்போது உறிஞ்சும் கார்பனைவிட அதிக கார்பனை வளிமண்டலத்தில் வெளியிடுகிறது. இதன் விளைவாக, பல்லுயிர் இழப்பு, தாவரங்கள் மற்றும் விலங்குகளின் அழிவு, வனவிலங்குகளின் வாழ்விட இழப்பு மற்றும் பூமி வெப்பமயமாதல் ஆகியவை அதிகரித்து வருகிறது. இந்தியாவின் நிக்கோபார் தீவில், சுமார் 130 சதுர கி.மீ. வனப்பகுதி யில், ₹72,000 கோடி மதிப்பில், புதிய துறைமுகம், விமான நிலையம், மின் உற்பத்தி நிலையம் மற்றும் டவுன்ஷிப் ஆகியவை அமைக்கும் திட்டத்திற்காக

மத்திய சுற்றுச்சூழல் அமைச்சகம் கொள்கையளவிலான அனுமதியை வழங்கியுள்ளது. 2001 முதல் 2021 வரை, அந்தமான் மற்றும் நிக்கோபார் தீவுகள் சுமார் 18,100 ஹெக்டர் அளவிலான காடுகளை இழந்துள்ளது குறிப்பிடத்தக்கதாகும்.

அமேசான் காட்டுத் தீ

வளிமண்டலத்தில் கூடுதல் பசுங்குடில் வாயுக்களை, நாம் வெளியேற்றியதால்தான் இந்தப் 'பருவநிலை அவசரநிலை' பிரகடனப்படுத்தப்பட்டது. 2050ஆம் ஆண்டுக்குள் நிகர பசுங்குடில் வாயுக்களின் வெளியேற்றத்தை முற்றிலுமாக அகற்றும் நோக்கத்துடன், இதை அறிவித்த உலகின் முதல் நாடு இங்கிலாந்து ஆகும். பருவநிலை மாற்ற அவசரநிலை பிரகடனத்தை வெளியிட்ட முக்கிய நாடுகளாக நியூசிலாந்து, கனடா, பங்களாதேஷ் மற்றும் அர்ஜென்டினா உள்ளன. ஜூன் 2021 வரை, 34 நாடுகள் 'பருவநிலை மாற்றம்' தொடர்பான அவசர நிலையைப் பிரகடனம் செய்துள்ளன. பருவநிலை மாற்றப் பாதிப்புகளைத் தடுக்க வேண்டும் என அறிவுறுத்தி வந்த விஞ்ஞானிகள், முதல்முறையாக உலகம் முழுவதும் 'பருவநிலை நெருக்கடி' ஏற்பட்டிருப்பதாக எச்சரிக்கை விடுத்துள்ளனர். 'பயோ சைன்ஸ்' என்ற ஆய்வு இதழில் வெளியாகியிருக்கும், இந்தப் பருவநிலை நெருக்கடி ஆய்வறிக்கையை, 153 நாடுகளைச் சேர்ந்த 11 ஆயிரம் விஞ்ஞானிகள் ஏற்றுக் கொண்டுள்ளனர். 40 ஆண்டுகளாக உலகில் நிகழ்ந்த பருவநிலை மாற்றம் தொடர்பான நிகழ்வுகள், மக்கள் தொகைப்

பெருக்கம், வனங்களின் பரப்பு, புதைபடிவ எரிபொருள் பயன்பாடு உள்ளிட்டவற்றைக் கணக்கில் எடுத்து இந்த ஆய்வு நடத்தப்பட்டிருக்கிறது. **பருவநிலை மாற்றப் பாதிப்புகளைத் தடுக்க தக்க நடவடிக்கை எடுக்காவிட்டால், கற்பனை செய்ய முடியாத பாதிப்புகளை மனித குலம் சந்திக்க நேரிடும் என இந்த ஆய்வின் முடிவில் தெரிவிக்கப்பட்டுள்ளது**. பருவநிலை மாற்றப் பாதிப்புகளைத் தடுக்கும் பொருட்டு, 2015ஆம் ஆண்டு உலக நாடுகள் இணைந்து பாரீஸில் மிக முக்கியமான ஒப்பந்தத்தை மேற்கொண்டன. கார்பன் வெளியீட்டைப் பெருமளவு குறைக்க வேண்டும் என்ற அந்த ஒப்பந்தத்தை, பெரும்பாலான நாடுகள் நடைமுறைப்படுத்தவே இல்லை என்பது கவலைக்குரியதாகும்.

1.5°Cக்கு மேல் பூமி வெப்பமடைவதைத் தடுக்க, இப்போது முதல் 2030 வரை, ஒவ்வொரு ஆண்டும் 7.6% கார்பன் உமிழ்வை நாம் குறைத்தாக வேண்டும். குறிப்பாக, பூமி வெப்பமடைதலை 1.5/2°Cக்குள் கட்டுப்படுத்த மீத்தேன் வாயு உமிழ்வைக் குறைப்பது அவசியமாகும். 75% மீத்தேன் உமிழ்வை நவீனத் தொழில்நுட்பத்தின் மூலம் குறைக்க முடியும். வனங்களின் பரப்பை அதிகரித்தல், மாமிசம் உண்பதைக் குறைத்தல், உலக மக்கள் தொகையைக் கட்டுப்படுத்துதல் உள்ளிட்ட வழிமுறைகளைப் பின்பற்றலாம். குறிப்பாக, உலகளாவிய பசுங்குடில் வாயுக்கள் வெளியேற்றத்தில் 'அசை போடும்' கால்நடை விலங்குகள் பெரும் பங்கு வகிக்கின்றன. இவைகள் கார்பன் டை ஆக்சைடு, மீத்தேன் மற்றும் நைட்ரஸ் ஆக்சைடு போன்ற பசுங்குடில் வாயுக்களை வெளியிடுகின்றன. எனவே, இறைச்சி உண்பவர்கள், இறைச்சி நுகர்வைக் குறைப்பது அல்லது கைவிடுவது பருவநிலை மாற்றத்தை எதிர்த்துப் போராட உதவும். பருவநிலை மாற்றப் பாதிப்புகளைத் தடுக்க உலகமெங்கும் நடைபெறும் போராட்டங்கள் கவனம் பெற்றாலும், இதற்காக 'மாபெரும் இயக்கம்' தொடங்கப்பட வேண்டும் என சுற்றுச்சூழல் ஆர்வலர்கள் கூறுகின்றனர்.

6

'பூமி வெப்பமடைதல்' என்றால் என்ன?

பல ஆண்டுகளாக உலக சராசரி வெப்பநிலையில் ஏற்பட்டுள்ள உயர்வையே 'பூமி வெப்பமடைதல்' என்கிறோம். குறிப்பாக, வளிமண்டலத்தில் 'பசுங்குடில் வாயுக்கள்' அதிகரிப்பால், பூமி இயல்புக்கு மாறாக வெப்பமடைவதே 'பூமி வெப்பமடைதல்'. புதைபடிம மூலங்களிலிருந்து வெளியான பசுங்குடில் வாயுக்களால், 1850ஆம் ஆண்டு முதல் பூமியின் வெப்பநிலை உயர்ந்து வருகிறது. 1850–1900 ஒப்பிடும்போது, உலக மேற்பரப்பு வெப்பநிலை $1.1°C$ (2011–2020) அதிகரித்துள்ளது. பூமி வெப்பமடைதல் தொடர்பான சில முக்கியமான அறிவியலாளர்களையும், அவர்களின் ஆய்வுகளையும் காண்போம். முதன் முதலில், ஃபோரியர் (1824) வளிமண்டலத்தில் 'பசுங்குடில் விளைவு' ஏற்படுவதைக் கண்டறிந்தார். யூனிஸ் (1856) கார்பன் டை ஆக்சைடு மற்றும் நீராவி வளிமண்டலத்தை 'வெப்பமாக்கும்' என்பதைக் கண்டுபிடித்தார். டிண்டால் (1861), தனது ஆய்வகத்தில் பசுங்குடில் வாயுக்களின் வெப்பம் உறிஞ்சும் திறனை அளவீடு செய்தார். அர்ஹெனியஸ் (1896) வளிமண்டலத்தில் கார்பன் டை ஆக்சைடு செறிவில் எவ்வாறு மாற்றங்கள் ஏற்படுகிறது என்பதற்கான கணக்கீடுகளை உருவாக்கினார். ஜேம்ஸ் ஹான்சன், 1988இல், முதன் முதலில் 'பூமி வெப்பமடைதல்' என்ற வார்த்தையை அறிமுகப்படுத்தினார். சுயுகுரோ மனாபே மற்றும் கிளாஸ் ஹசில்மேன் ஆகியோர் புவியின் பருவநிலை மாறுபாட்டை அளவிடுதல் மற்றும் பூமி வெப்பமடைதலைக் கணித்ததற்காக இயற்பியலுக்கான நோபல் பரிசைப் (2021) பெற்றனர்.

இரா. மகேந்திரன், ஜெ. பழனிவேல்

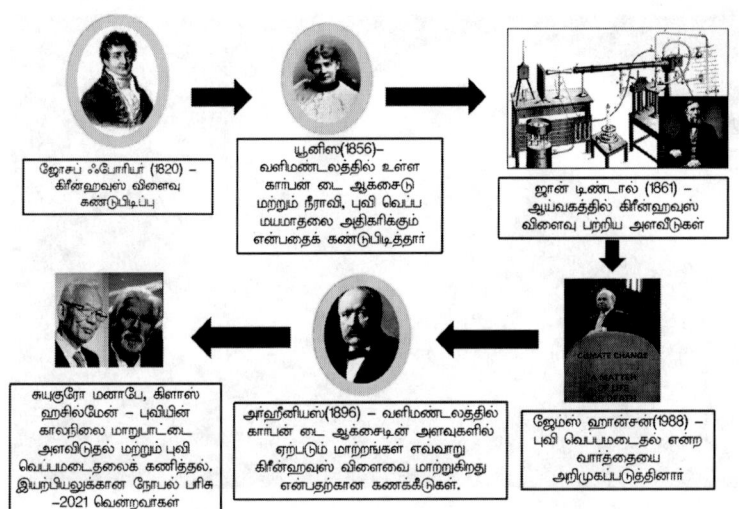

1970-லிருந்து, உலகின் பல பகுதிகள் வறண்டுபோனதற்கும், தொடர்ச்சியான காட்டுத்தீ நிகழ்வுகளுக்கும் பூமி வெப்பமடைதல் ஒரு முக்கிய காரணம். கடலில் இருந்து அதிக அளவில் ஆவியாகும் நீரால், வளி மண்டலத்தில் நீராவியின் செறிவு அதிகரித்துக் கொண்டிருக்கிறது. இதனால் வளி மண்டலத்தில் உள்ள நீராவியின் அளவு, 1970களில் இருந்ததைவிட, தற்போது 4% அதிகரித்திருக் கிறது. இந்த நீராவி மிகவும் அபாயகரமான பசுங்குடில் வாயுவாகும். பெட்ரோல், டீசல், ஹைட்ரோகார்பன், நிலக்கரி போன்ற புதைபடிம எரிபொருள்களை அதிகமாகப் பயன்படுத்தியதும், காடழிப்புமே, வளிமண்டலத்தில் பசுங்குடில் வாயுக்களின் செறிவு பெருமளவு அதிகரிக்கக் காரணம். இதனால், 2030ஆம் ஆண்டுக்குள், உலகளாவிய வெப்பநிலை உயர்வு $1.5°C$ ஐ எட்டும் வகையில் உள்ளது. இந்த உயர்வு, நாம் கணித்ததைவிட 10 ஆண்டுகள் முன்பாகவே அடைய உள்ளது கவலைக்குரியதாகும்.

பூமி வெப்பமயமாதலுக்கு கார்பன் டை ஆக்ஸைடு (66%), மீத்தேன் (16%) மற்றும் நைட்ரஜன் ஆக்ஸைடுகள் (7%) முக்கிய காரணிகளாக உள்ளன. சுமார் 0.5 கோடி ஆண்டுகளுக்கு முன்பு, பூமியின் வளிமண்டலம் குறைவான கார்பன் டை ஆக்ஸைடு செறிவையேகொண்டிருந்தது. அப்போது, பூமியின் சராசரி வெப்பநிலை $2-3°C$ ஆகவும், கடல்மட்டம் இப்போது இருப்பதைவிட 10-20 மீட்டர் உயர்ந்தும் இருந்தது. பூமியில், இதற்கு முன்னரும் அதிகவெப்பமான பருவங்கள் இருந்தன. உதாரணமாக, 9.2 கோடி ஆண்டுகளுக்கு முன்பு, வெப்பநிலை மிகவும் அதிகமாக

இருந்ததால், துருவங்களில் பனி இல்லை. அப்போது, கடல் மட்டம் இப்போது இருப்பதைவிட 80 அடி அதிகமாகவும் இருந்தது. பின்னர், 'பருவநிலை சுழற்சிகள்' மூலம் தற்போதுள்ள சூழலை அடைந்துள்ளோம். ஆனால், தற்போது வளிமண்டலம், கடல்கள் வெப்பமடைந்து வருவதற்கு நமது செயல்பாடுகளே முக்கிய காரணம் என்று ஐநா. அறிக்கை – 2021 கூறுகிறது.

பூமியின் வெப்பநிலை, வெப்ப ஆற்றலின் உள்ளீடு மற்றும் வெளியீட்டிற்கு இடையிலான சமநிலையால் தீர்மானிக்கப் படுகிறது. சூரியனில் இருந்து வரும் ஆற்றலும், பூமியிலிருந்து வெளியேறும் ஆற்றலும் சமநிலையில் இருந்தால், பூமியின் வெப்பநிலை மாறாமல் இருக்கும். ஐபிசிசி–2013 அறிக்கையின்படி, சராசரி உலக வெப்பநிலை கடந்த 100 ஆண்டுகளில் சுமார் 0.85^0C உயர்ந்திருந்தது. 1901–1971க்கும் இடையில், 1.3 மி.மீ/வருடம் என்ற அளவில் கடல் மட்டம் உயர்ந்திருந்தது. ஆனால், இதுவே 2006–2018க்கு இடையில் 3.7 மி.மீ/வருடம் என்ற அளவுக்கு உயர்ந்தது. அதாவது, கடந்த 12 ஆண்டுகளில் கடல் மட்டம் சுமார் மூன்று மடங்கு அதிகமாக உயர்ந்தது. இதனால், உலக சராசரி கடல் மட்டம் 1901–2018க்கு இடையில் 0.20 மீட்டர் உயர்ந்தது.

இரா. மகேந்திரன், ஜெ. பழனிவேல்

7

பூமி வெப்பமடைதலின் காரணிகள் என்னென்ன?

பூமி வெப்பமயமாதலின் தொடக்கமானது தொழில் புரட்சியால் வெளியேறிய பசுங்குடில் வாயுக்களினால் ஏற்பட்டதாகும். 1815ஆம் ஆண்டில் வெடித்த மிகப்பெரிய தம்போரா எரிமலையும் பருவநிலை மாற்றம் ஏற்பட காரணமாக இருக்கக் கூடும். தம்போரா எரிமலை வெடிப்பு 60–80 மெகா டன்கள் சல்பர் டை ஆக்சைடு வளிமண்டலத்தில் (44 கி.மீ. உயரம்வரை) உமிழ்ந்தது. இந்த சல்பர் டை ஆக்சைடு நீருடன் வினை புரிந்து கந்தக அமிலத்தை (சல்பூரிக் ஆசிட்) உருவாக்கி, சூரிய வெப்பத்தைக் கிரகித்து பூமி வெப்பமாதலை அதிகப்படுத்தியது. அறிவியலாளர் அர்ஹெனியஸ், பசுங்குடில் வாயுக்களின் 'அகச்சிவப்பு கதிர் உறிஞ்சுதல் திறன்' காரணமாகப் பூமியின் மேற்பரப்பு வெப்பநிலை சுமார் $15°C$ உயர முடியும் எனக் கூறினார். 1940இல் நீண்ட அலை கதிர்வீச்சை அளவிடுவதற்கு அகச்சிவப்பு நிற மாலைமானி கண்டுபிடிக்கப்பட்டது. இதன் பிறகுதான், வளிமண்டலத்தில் கார்பன் டை ஆக்சைட்டின் உயர்வால், அகச்சிவப்பு கதிர்வீச்சு அதிக அளவில் உறிஞ்சப்படுவதாக கில்பர்ட் ப்ளாஸ் 1955இல் நிரூபித்தார்.

வளிமண்டலத்தில், கார்பன் டை ஆக்சைடு, மீத்தேன், நைட்ரஸ் ஆக்சைடுகளின் சராசரி 'வாழ்நாள்கள்' முறையே 300 ஆண்டுகள், 12 ஆண்டுகள், 121 ஆண்டுகள் ஆகும். தொழில் புரட்சிக்குப் பிறகு வளிமண்டலத்தில் கார்பன் டை ஆக்சைடு 45%, மீத்தேன் 200% என்ற அளவிலும் உயர்ந்துள்ளது. 1800–1870களில் வளிமண்டலத்தில் கார்பன் டை ஆக்சைடின் அளவு சுமார் 290 பிபிஎம் *(parts per million)*. அப்போது, சராசரி உலக வெப்பநிலை தோராயமாக

13.6°C. 1960இல் கார்பன் டை ஆக்சைடின் செறிவு 315 பிபிஎம், சராசரி உலக வெப்பநிலை 13.9°C. 2019இல் சராசரி உலக வெப்பநிலை 14.8°C, கார்பன் டை ஆக்சைடு செறிவு 415 பிபிஎம். '2023 ஜூலை நிலவரப்படி, வளிமண்டலத்தில் கார்பன் டை ஆக்சைடின் செறிவு 420 பிபிஎம் ஆகும்.' 1963இல் தான் 'பூமி வெப்பமடைதல்' தொடர்பான முதல் மாநாடு நடைபெற்றது. பூமி வெப்பமடைந்து வருவதால், கடல் மட்டம் உயரக் கூடும் என்றும், 1968 வாக்கில் அண்டார்டிக் பனிக்கட்டிகள் உருகுவதற்கான சாத்தியக்கூறுகள் இருப்பதாகவும் இந்த மாநாட்டில் முன்மொழியப்பட்டது. இந்தக் காலகட்டத்தில் தான் 'நிம்பஸ் செயற்கைக்கோள்' உலகளாவிய வளிமண்டல வெப்பநிலை அளவீடுகளை வழங்கத் தொடங்கியிருந்தது.

1975–76களில், குளோரோ ஃப்ளூரோ கார்பன்கள், மீத்தேன் மற்றும் ஓசோன் ஆகியவை பசுங்குடில் விளைவைத் தீவிரப்படுத்துகின்றன எனக் கண்டறியப்பட்டது. 1988 – பருவநிலை மாற்றங்களுக்கிடையேயான அரசுக் குழு (ஐபிசிசி) நிறுவப்பட்டது. 1990இல் வெளியான முதல் ஐபிசிசி அறிக்கை, பூமி வெப்பமடைந்து வருவதாகக் குறிப்பிட்டது. இரண்டாவது ஐபிசிசி அறிக்கை (1995), மனிதர்களின் செயல்பாடுகளினால் அதிகரிக்கும் பசுங்குடில் விளைவால், வரும் நூற்றாண்டில் வெப்ப நிலை உயரலாம் என அறிவித்தது. இந்தக் காலகட்டத்தில்தான், அறிவியலாளர் ராமநாதன் தெற்காசியாவில் ஏரோசோல்களின் மிகப்பெரிய "பழுப்பு மேகத்தை" கண்டறிந்தார் (1999). அதன் பிறகு, வெப்பமண்டலப் புயல்கள், பூமி வெப்பமடைதலின் தாக்கம் குறித்த விவாதங்கள் துவங்கின (2005). 2007இல் வெளியான நான்காவது ஐபிசிசி அறிக்கை, பூமி வெப்பமயமாதலால் உண்டாகக்கூடிய பேரழிவுகள் பற்றி எச்சரித்தது. கிரீன்லாந்து, அண்டார்டிக், ஆர்க்டிக் பனிப்பாறைகள் எதிர்பார்த்ததை விட மிக வேகமாக உருகி வருவது கண்டறியப்பட்டது. 2008இல் அனைத்துப் பசுங்குடில் வாயுக்களின் உமிழ்வை உடனடியாக நிறுத்தினாலும் கூட, பூமி வெப்பமடைதல் ஆயிரக்கணக்கான ஆண்டுகள் நீடிக்கும் எனப் பருவநிலை அறிவியலாளர்கள் கண்டறிந்தனர். பாரிஸ் ஒப்பந்தத்தில், அனைத்து நாடுகளும் பசுங்குடில் வாயுக்களின் உமிழ்வைக் குறைக்க இலக்குகளை நிர்ணயித்தன. 2016இல் புதைபடிவ எரிபொருளுக்கு மாற்றாக சூரிய மற்றும் காற்றாலை மூலம் மின் சக்தி அதிகமாக உற்பத்தி செய்யப்பட்டது. எனினும், பூமி வெப்பமடைவதால், 2021 ஜூலை 9, அன்று டெத் வேலி நேஷனல் பார்க், அதிகபட்ச வெப்பநிலையாக 54.4°Cயைப் பதிவு செய்தது.

8

பசுங்குடில் விளைவு என்றால் என்ன? அதன் நன்மை தீமைகள் யாவை?

பூமியை அடையும் சூரிய ஒளி புறஊதா, கண்ணால் பார்க்கக்கூடிய (விசிபிள்) மற்றும் அகச்சிவப்பு என மூன்று முக்கிய கதிர்வீச்சுக்களைக் கொண்டுள்ளது. சூரிய ஒளி வளிமண்டலத்தில் ஊடுருவும்போது, பெரும்பாலான புற ஊதாக் கதிர்வீச்சு 'ஓசோன் படலத்தால்' உறிஞ்சப்படுகிறது. சுமார் 30% அகச்சிவப்பு கதிர்கள் மட்டுமே பூமியின் மேற்பரப்பை அடைகிறது. இந்த ஒளித் துகள்கள் (போட்டான்கள்) பசுங்குடில் வாயு மூலக்கூறுகளைத் தாக்குகின்றன. பசுங்குடில் வாயு மூலக்கூறுகள் இந்த ஒளியை உறிஞ்சி, அணுக்களுக்கு இடையேயுள்ள பிணைப்புகளை அதிரச் செய்கின்றன. குறிப்பாக, கார்பன் டை ஆக்சைடில் உள்ள கார்பன் மற்றும் ஆக்ஸிஜன் அணுக்களுக்கு இடையே உள்ள பிணைப்புகள் இந்தப் போட்டான்களை உறிஞ்சுவதற்கு ஏதுவாக வளைந்து கொடுக்கின்றன. இந்தச் செயல்முறை, சூரிய கதிர்வீச்சிலுள்ள வெப்ப ஆற்றலைப் பிடித்து, பின்னர் வளிமண்டலத்தில் வெளியிட்டுப் பூமி வெப்பமாதலை அதிகரிக்கிறது. வளிமண்டலத்தில் உள்ள நீராவி, கார்பன் டை ஆக்சைடு, மீத்தேன், நைட்ரஸ் ஆக்சைடு, ஓசோன் உள்ளிட்ட வாயுக்கள் இத்தகைய விளைவைக் கொண்டுள்ளன. இதனால் பூமி கூடுதல் வெப்பமடைகிறது. 'பசுங்குடில்' எனப்படும் கண்ணாடி வீடுபோல, இந்த வாயுக்கள் பூமியை வெப்பமடையச் செய்வதால், இந்த வாயுக்களுக்குப் 'பசுங்குடில் வாயுக்கள்' என்ற பெயர் வந்தது. பசுங்குடில் என்பது கண்ணாடி

சுவர்கள், கண்ணாடி கூரையுடன் கூடிய கட்டடம். சூரியனின் கதிர்கள், இந்தப் பசுங்குடிலின் கண்ணாடி வழியாக நுழைந்து உட்புறக் காற்றை வெப்பமாக்குகின்றன. ஆனால், திரும்பவும் இந்த வெப்பம் வெளியேற கண்ணாடி 'தடையாக' செயல்படு கிறது. இதன் காரணமாக, இந்தக் குடில் சுற்றுப்புறத்தைவிட வெப்பமாக இருக்கும். இதுவே 'பசுங்குடில் விளைவு' ஆகும். உலகளாவிய பசுங்குடில் விளைவில், பூமியின் வளிமண்டலம் 'கண்ணாடி' போல் செயல்படுகிறது. பசுங்குடில் விளைவு, 1824இல் விஞ்ஞானி ஃபோரியரால் முதன்முதலில் விவரிக்கப்பட்டது. 2019ஆம் ஆண்டில் மட்டும், உலகளாவிய பசுங்குடில் வாயுக்களின் உமிழ்வு 52.4 ஜிகாடன்கள் (1 ஜிகாடன் = 1 லட்சம் கோடி கிலோ).

'பசுங்குடில் வாயுக்கள்' நமது கிரகத்தை உகந்த வெப்பநிலை யில் வைத்திருக்க அவசியமானவை. வளிமண்டலத்தில், பசுங்குடில் வாயுக்கள் வெப்ப ஆற்றலைப் 'பிடிப்பதால்' தான் நமது பூமி 'உயிர்ப்புடன்' இருக்கிறது. எனவே, பூமியில் உயிரினங்கள் வாழ இயற்கையான 'பசுங்குடில் விளைவு' அவசியமே. இயற்கையான பசுங்குடில் விளைவிற்கு 50% நீராவியும், 20% கார்பன் டை ஆக்சைடு மட்டும் போதும். 'இயற்கை பசுங்குடில் விளைவு' இல்லாமல் போனால் பூமியின் வெப்பநிலை $-18°C$ ஆக இருக்கும். தற்போது, பூமியின் சராசரி வெப்பநிலை சுமார்

15°C. பசுங்குடில் விளைவு குறைவாக இருந்தபோது, உலகளாவிய குளிர்ச்சியான பருவம் 17ஆம் நூற்றாண்டில் உணரப்பட்டது. இந்தக் காலகட்டத்தில், தேம்ஸ் நதிகூட உறைந்ததாகக் குறிப்பிடப்படுகிறது. பசுங்குடில் வாயுக்கள் தீங்கு விளைவிக்கும் சூரிய கதிர்வீச்சு பூமியின் மேற்பரப்பை அடைவதையும் தடுக்கின்றன. பசுங்குடில் வாயுக்களில் ஒன்றான 'ஓசோன்' தீங்கு விளைவிக்கும் புற ஊதாக் கதிர்களை உறிஞ்சுவது குறிப்பிடத்தக்கதாகும்.

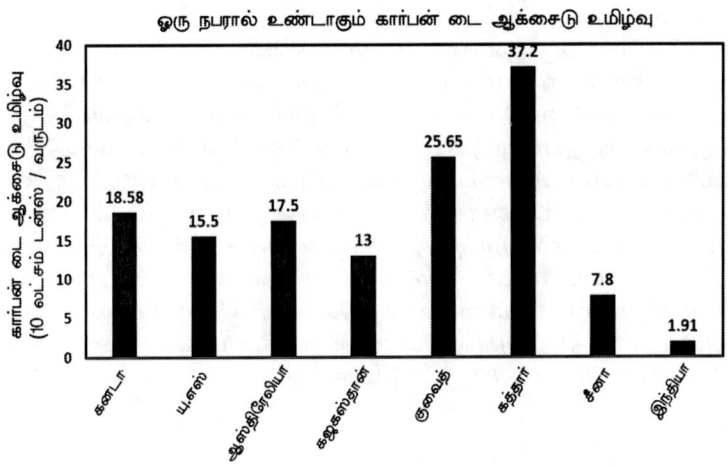

பூமியின் மேற்பரப்பு வெப்பமடையும்போது, அதிக அளவில் நீர் ஆவியாதல் நடக்கிறது. நீராவி மிக 'மோசமான' பசுங்குடில் வாயுவாகும். வளிமண்டலத்தில் வெளியிடப்படும், குளோரோ ப்ளூரோ கார்பன் 100 ஆண்டுகளும், டெட்ரா ப்ளூரோ மீத்தேன் 50,000 ஆண்டுகளும், ஹெக்ஸா ப்ளூரோ ஈத்தேன் 10,000 ஆண்டுகளும், ஸல்பர் ஹெக்ஸா ப்ளோரைட் 3,200 ஆண்டுகளும், நைட்ரஜன் ட்ரை ப்ளோரைட் 740 ஆண்டுகளும் 'உயிர்ப்புடன்' இருந்து பூமி வெப்பமயமாதலை அதிகரிக்கும் திறன் கொண்டதாகும். இவை 'சூப்பர் பசுங்குடில் விளைவை' ஏற்படுத்துகின்றன. குறிப்பாக, சல்பர் ஹெக்ஸா ஃப்ளோரைடு, கார்பன் டை ஆக்சைடை விட 23,900 மடங்கு அதிக 'வெப்பத்தை' தக்கவைத்துக்கொள்ளும் திறன் கொண்டது. வளிமண்டலத்தில் பெறுமளவுள்ள ஆக்ஸிஜன் (21%) மற்றும் நைட்ரஜன் (78%) பசுங்குடில் வாயுக்கள் அல்ல என்பது குறிப்பிடத்தக்கது. குறிப்பாக, ஒரே மாதிரியான இரண்டு

அணுக்களைக்கொண்ட சமச்சீர் மூலக்கூறுகள் பசுங்குடில் விளைவைக்கொண்டிருப்பதில்லை.

பசுங்குடில் விளைவு, செவ்வாய், வீனஸ் கிரகங்களிலும் ஏற்படுகின்றன. பூமியின் வளிமண்டலம் (0.04%), செவ்வாயின் வளிமண்டலம் (95.3%), மற்றும் வீனஸின் வளிமண்டலம் (96.5%), கார்பன் டை ஆக்சைடைக் கொண்டுள்ளன. பூமியின் வளிமண்டலத்தில் கார்பன் டை ஆக்சைடின் செறிவு வெறும் 0.04% மட்டுமே. ஆனால், செவ்வாயின் வளிமண்டலம் 96%க்கும் அதிகமான கார்பன் டை ஆக்சைடு செறிவைக் கொண்டுள்ளது. செவ்வாயின் வளிமண்டலம், பூமியின் வளிமண்டலத்தை விட 100 மடங்கு குறைவான அடர்த்தியைக் கொண்டதாகும். சூரியனிலிருந்து பூமிக்கு வரக்கூடிய வெப்பத்தில் மூன்றில் ஒரு பகுதியை வளி மண்டலம் பிரதிபலித்து விண்வெளிக்குத் திருப்பி அனுப்பிவிடுகிறது. மீதமுள்ள வெப்பம் மட்டுமே பூமியின் மேற்பரப்பை வந்தடைகிறது. வளி மண்டலத்தின் இத்தகைய செயலினால்தான் பூமியின் சராசரி வெப்பநிலை சுமார் $15°C$ என்ற அளவுக்கு இருந்துவருகிறது. பூமியில் இதுவரை பதிவு செய்யப்பட்ட அதிகபட்ச வெப்பநிலை, 2005இல் ஈரானின் லூட் பாலைவனத்தில் $70.7°C$ பதிவானதாகும். அண்டார்டிகாவிலுள்ள வோஸ்டோக்கில் மிகவும் குறைவான வெப்பநிலையாக $-89.2°C$ பதிவானது.

இரா. மகேந்திரன், ஜெ. பழனிவேல்

9

பருவநிலை மாற்றத்திற்கான இயற்கையின் முக்கியக் காரணிகள் யாவை?

சூரியப் புயல்கள், எரிமலை வெடிப்புகள், பூமியின் சுற்று வட்டப்பாதையில் ஏற்படும் மாற்றங்கள், நிலம் மற்றும் கடலில் ஏற்படும் மாற்றங்கள், விண்கல் தாக்கங்கள் போன்ற இயற்கைச் சீற்றங்கள் மூலம் 'பருவநிலை மாற்றம்' மிகச்சிறிய அளவில் தான் அதிகரிக்கிறது. பூமி வெப்பமயமாதலின் பெரும்பகுதி கடந்த 40 ஆண்டுகளில் ஏற்பட்டதாகும். 2020ஆம் ஆண்டில் மட்டும் நடந்த தீவிரப் பருவநிலை மாற்ற நிகழ்வுகளின் பட்டியல் அச்சமூட்டுவதாக

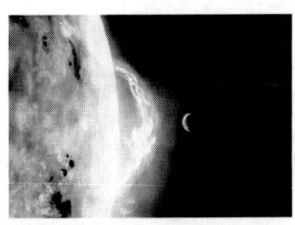

சூரியப் புயல்கள்

எரிமலை சீற்றங்கள்

விண்கல தாக்கங்கள்

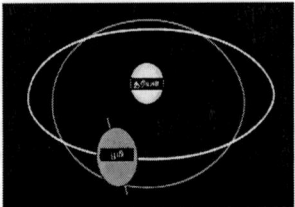

பூமியில் சுற்று வட்டபாதையில் ஏற்படும் மாற்றங்கள்

உள்ளது. கனடாவின் காட்டுத்தீ, சீனாவில் ஏற்பட்ட வறட்சி, அதிக இழப்பை உண்டாக்கிய புயலாகக் கருதப்படும் இந்தியாவின் ஆம்பன் புயல் (14 பில்லியன் டாலர் இழப்பு), 200பேர் வரை பலியான கென்யா மற்றும் உகாண்டாவின் பெருவெள்ளம், பிலிப்பைன்ஸைத் தாக்கிய அதிதீவிர கோனி புயல் என்று நீண்டுகொண்டே போகிறது. உலக வானிலை ஆராய்ச்சி மையம், அட்லாண்டிக் கடலில் உருவாகும் புயல் களுக்குப் பெயர்ப்பட்டியலை வருடாவருடம் வெளியிட்டு வருகிறது. 2020இல் 30 புயல்கள் உருவானதால் பட்டியலில் இருந்த பெயர்கள் எல்லாமே தீர்ந்துபோய், கிரேக்க எழுத்துகளைப் பெயர்களாகச் சூட்ட வேண்டிய நிலைக்குத் தள்ளப்பட்டது.

இரா. மகேந்திரன், ஜெ. பழனிவேல்

10

பருவநிலை மாற்றத்தினை வேகப்படுத்தியதில் மனிதர்களின் செயல்பாடுகள் யாவை?

இதற்கு முன்பும் புவியானது வெப்பமாதலை எதிர்கொண்டிருந்தது. முந்தைய புவி வெப்பமாதல் 5.5 கோடி ஆண்டுகளுக்கு முன்பு நிகழ்ந்தது. அதற்கு, எரிமலை வெடிப்பு உள்ளிட்ட இயற்கைப் பேரிடர்கள்தான் காரணம். அப்போது பல்வேறு உயிரினங்கள் முழுவதும் அழிந்தன. தற்போதைய புவி வெப்பமாதலானது மனிதர்களால் தூண்டப் பட்டது. 1850ஆம் ஆண்டு முதல் 2040க்குள், பூமியின் சராசரி வெப்பநிலை உயர்வு $1.5°C$ எட்டும் என்றே பெரும்பாலான ஆய்வு முடிவுகள் தெரிவிக்கின்றன. தற்போது நிலவி வரும் சூழ்நிலை தொடரும் பட்சத்தில், இந்த நூற்றாண்டின் இறுதிக்குள்ளேயே பூமியின் வெப்பநிலை $3-5°C$ உயரக்கூடும் என்று உலக வானிலை ஆய்வு மையம் எச்சரிக்கிறது. 1950 முதல் உலகளாவிய வெப்பநிலையின் அதிகரிப்பு மனிதர்களின் நடவடிக்கைகளால் ஏற்பட்டதாகும். குறிப்பாக, மின் ஆற்றலுக்காகவும், போக்குவரத்துக் காகவும் புதைபடிவ எரிபொருளை எரித்தல், அதிதீவிர விவசாயம், காடழிப்பு, அதிக இறைச்சியை உற்பத்தி செய்தல், மரங்களை வெட்டுதல் போன்றவையாகும். 'டிப்பிங் பாயிண்ட்' என்பது சிறிய மாற்றங்கள் எதிர்பாராத பெரிய மாற்றத்தை ஏற்படுத்துவதாகும். மூன்று மிக முக்கியமான டிப்பிங் பாயிண்ட்களாக அமேசான் மழைக்காடுகள் எரிதல், மேற்கு அண்டார்டிக் பனிக்கட்டி உருகுதல், வளைகுடா நீரோடை மாற்றங்கள் உள்ளன. குறிப்பாக, கிரீன்லாந்து பனிக்கட்டி உருகுதல், ஆர்க்டிக் கடல் பனிப்பாறைகள் உருகுதல் மற்றும்

அதிதீவிர மழைப்பொழிவு ஆகியவற்றால் ‘கடல் நீரோட்டம்’ பெரிதும் பாதிக்கப்படுகிறது.

தொழிற்சாலைகள்
வெளியிடும்
பசுங்குடில் வாயுக்கள்

கடந்த 8 லட்சம் ஆண்டுகளாக, வளிமண்டல கார்பன் டை ஆக்ஸைடின் செறிவு 300 பிபிஎம் என்ற அளவுக்கு மேல் உயரவில்லை. ஆனால் தொழில் புரட்சிக்குப் பின்னர், கார்பன் டை ஆக்ஸைடின் செறிவு 420 பிபிஎம் என்ற அளவுக்கு உயர்ந்திருக்கிறது. அதாவது, வளிமண்டலத்தில் கார்பன் டை ஆக்சைடு செறிவு கடந்த 150 ஆண்டுகளில் வியத்தகு அளவில் அதிகரித்துள்ளது. இப்போதுள்ள, முக்கிய பசுங்குடில் வாயுக்களின் (கார்பன் டை ஆக்சைடு, மீத்தேன் மற்றும் நைட்ரஸ் ஆக்சைடு) செறிவு கடந்த 8,00,000 ஆண்டுகளில் இல்லாததாகும். குறிப்பாக, நிலத்தில் குப்பைகள் மட்கும் போது, அதிகளவு மீத்தேன் மற்றும் நைட்ரஸ் ஆக்சைடு வாயுக்கள் வெளியிடப்படு கின்றன. பூமியின் சராசரி வெப்பநிலை ஏற்கெனவே $1.1^{\circ}C$ உயர்ந்துவிட்ட நிலையில், பசுங்குடில் வாயுக்களின் வெளியேற்றம் இதே வேகத்தில் தொடர்ந்தால், பூமியின் சராசரி வெப்பநிலை உயர்வு $1.5^{\circ}C$ஐ அடையும். மேலும், இந்த நூற்றாண்டின் இறுதிக்குள் $3.2^{\circ}C$ஐ அடையக்கூடும். $1.5^{\circ}C$ அளவுக்குள் சராசரி வெப்பநிலையைக் கட்டுப்படுத்த பசுங்குடில் வாயு வெளியேற்றத்தின் அளவை 2030க்குள் 25 ஜிகா டன் (1 ஜிகா= நூறு கோடி) என்ற அளவுக்குக் குறைக்க வேண்டும்.

தற்போது, புதைபடிவ எரிபொருட்களை எரிப்பதன் மூலம், நாம் ஒவ்வொரு ஆண்டும் சுமார் 9.5 பில்லியன் மெட்ரிக் டன்

கார்பனை வளிமண்டலத்தில் வெளியிடுகிறோம். தாவரங்கள் வருடத்திற்கு சுமார் 3.2 பில்லியன் மெட்ரிக் டன் வளிமண்டல கார்பன் டை ஆக்ஸைடை உறிஞ்சுகின்றன. கடல்கள் ஆண்டுக்கு சுமார் 2.5 பில்லியன் மெட்ரிக் டன் கார்பன் டை ஆக்ஸைடை உறிஞ்சுகிறது. மீதமுள்ள, 3.8 பில்லியன் மெட்ரிக் டன் கார்பன் டை ஆக்ஸைடு ஒவ்வொரு ஆண்டும் வளிமண்டலத்தில் சேர்ந்துவருவது கவலைக்குரியதாகும். 1850ஆம் ஆண்டு முதல் 2022வரை, மனிதர்களது செயல்பாடுகளால் சுமார் 2,39,000 கோடி டன் கார்பன் டை ஆக்சைடு வளிமண்டலத்தில் வெளியிடப்பட்டுள்ளது.

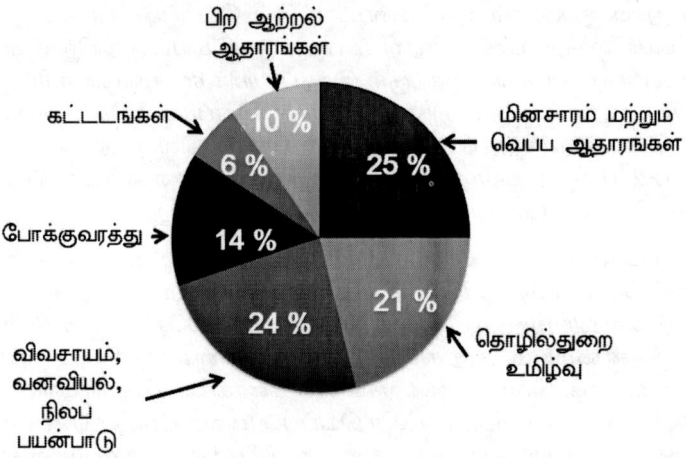

கார்பன் டை ஆக்சைடை உமிழும் காரணிகள்

விமானப் போக்குவரத்தால், உலகளாவிய கார்பன் டை ஆக்சைடு உமிழ்வு 2–3%. விமானங்கள் கார்பன் டை ஆக்சைடை உமிழ்வது மட்டுமல்லாமல், நைட்ரஜன் ஆக்சைடுகளையும் உமிழ்ந்து வெப்பமயமாதலை துரிதப்படுத்துகிறது. பூமி வெப்பமடைதலுக்கு, விமானப் போக்குவரத்து (4.9%) மிக முக்கிய காரணியாக உள்ளது. உலகளவில், 2019இல் மட்டும், விமானங்கள் 915 மில்லியன் டன்கள் கார்பன் டை ஆக்சைடை வளிமண்டலத்தில் வெளியிட்டுள்ளன. கார்பன் டை ஆக்சைடு உமிழ்வுகளில் 40% மின் உற்பத்தியிலிருந்து உருவாகிறது. நைட்ரஜன் ஆக்சைடுகள், கார்பன் டை ஆக்சைடை விட 300 மடங்கு அதிக வெப்பத்தைப் 'பிடிக்கும் திறன்' கொண்டது.

வெளியாகும் நைட்ரஸ் ஆக்சைடில் 62% விவசாய நடவடிக்கைகள் மூலம் வருகிறது. குறிப்பாக, பயிர் எச்சங்களை எரிப்பது. இந்திய தண்டனைச் சட்டம் பிரிவு 188, காற்று மற்றும் மாசுக் கட்டுப்பாடு சட்டம் 1981 படி பயிர் எச்சங்களை எரிப்பது குற்றமாகும். உலகின் பல நாடுகளில் உள்ள விவசாயிகள் பயிரிடப்பட்ட வயல்களில் உள்ள களைகள் மற்றும் கழிவுகளை எரிக்கின்றனர். குறிப்பாக, பொலிவியா, கொலம்பியா, பெரு, பாகிஸ்தான், ஈக்வடார் மற்றும் இந்தியா போன்ற நாடுகள் இதில் அடங்கும். நாசாவின் செயற்கைக்கோள் தரவு, பஞ்சாபில் 2019இல் சுமார் 17,700 இடங்களிலும், 2020இல் சுமார் 26,000 இடங்களிலும் பயிர் எச்சங்கள் எரிவதைக் கண்டறிந்தது. இந்தப் பயிர் எச்சங்கள் எரிந்த போது, சுமார் 149.2 மில்லியன் டன் கார்பன் டை ஆக்சைடு, 9 மில்லியன் டன் கார்பன் மோனாக்சைடு, 0.25 மில்லியன் டன் கந்தக ஆக்சைடு, 1.28 மில்லியன் டன் நுண் துகள்கள் வளிமண்டலத்தில் வெளியிடப்பட்டது. டெல்லியில் மூடுபனி, காற்று மாசுபாடு, இமயமலையிலுள்ள பனிப்பாறைகள் உருகுவதற்கும் இந்தப் பயிர் எச்சங்கள் எரிப்பு முக்கிய காரணமாகும். இந்த எரிப்பால், வெப்பம் 1 செமீ வரை நிலத்தில் ஊடுருவி, நிலத்தின் மேற்பரப்பு வெப்பநிலையை 33.8–42.2°C வரை உயர்த்துகிறது. இது நிலத்தில் நன்மை பயக்கும் பாக்டீரியாக்கள் மற்றும் பூஞ்சைகளை அழிக்கிறது.

இயற்கைச் சீற்றங்கள் (வெப்ப அலைகள், புயல், வறட்சி மற்றும் வெள்ளம்) பூமியில் நிகழும் ஒரு நிகழ்வாகும். ஆனால், பருவநிலை மாற்றத்தால் இவை அடிக்கடி நிகழ்வதோடு இவற்றின் தீவிரத்தன்மையும் அதிகரித்திருப்பது கவலைக்குரியதாகும். உதாரணமாக, வெப்ப அலைகளைக் கணக்கில் கொள்வோம். 2003 கோடையில் ஏற்பட்ட தீவிர வெப்ப அலைகளால் ஐரோப்பா முழுவதும் 70,000 நபருக்கு மேல் உயிரிழந்தனர். 2040களில் வெப்ப அலைகள் 12 மடங்கு அதிகமாக இருக்கும் என்று பருவநிலை மாதிரிகள் தெரிவிக்கின்றன. பனியில் சிக்கிய பழங்காலக் காற்றுக் குமிழ்கள் மூலம், சுமார் 1750க்கு முன், வளிமண்டலத்தில் கார்பன் டை ஆக்சைட்டின் செறிவு 280 பிபிஎம் ஆக இருந்தது எனக் கண்டறியப்பட்டது. இது மெதுவாக அதிகரித்து 1900இல் 300 பிபிஎம் என்ற அளவைக் கடந்தது. வாகனங்கள், மின்சாரத்தின் அதிதீவிரப் பயன்பாட்டினால், சமீபத்தில் CO_2 செறிவு 420 பிபிஎம் என்ற அளவைத் தாண்டி யுள்ளது. மிக அபாயகரமான பசுங்குடில் வாயுவான மீத்தேனின் செறிவும் 2 மடங்கு அதிகரித்துள்ளது.

பகுதி II
ஐபிசிசி அறிக்கைகள்

11

ஐபிசிசி என்றால் என்ன? அதன் பணிகள் யாவை?

பருவநிலை மாற்றம் தொடர்பான சர்வதேச அரசுக் குழு (*Intergovermental Panel on Climate Change-IPCC*) பருவநிலை மாற்றம் தொடர்பான விளைவுகளை மதிப்பிடுவதற்கும், அதன் தாக்கங்கள் மற்றும் அபாயங்கள் குறித்து உலக நாடுகளின் தலைவர்களுக்கு மதிப்பீடுகளை வழங்குவதற்காகவும், 1988 ஆம் ஆண்டில் ஐக்கிய நாடுகளின் சுற்றுச்சூழல் மற்றும் உலக வானிலை அமைப்பால் நிறுவப் பட்டது. இந்தக் குழு, பருவநிலை மாற்றம் பற்றிய மதிப்பீட்டைக் குறிப்பிட்ட கால இடைவெளிகளில் உலக நாடுகளுக்கு வழங்கி வருகிறது. 2007ஆம் ஆண்டின் அமைதிக்கான நோபல் பரிசு, இந்த அமைப்புக்கு வழங்கப்பட்டது குறிப்பிடத்தக்க தாகும். இதுவரை ஐபிசிசி பருவநிலை மாற்றம் தொடர்பான விரிவான அறிக்கைகளை 1990, 1995, 2001, 2007, 2014, 2021 மற்றும் 2022இல் வெளியிட்டுள்ளது. ஐபிசிசியின் அறிக்கைகள், உலக விஞ்ஞான சமூகத்தால் அங்கீகரிக்கப்பட்டவையாகும். 1950லிருந்து பூமி வெப்பமடைவதற்கு மனிதர்களே முக்கியக் காரணம் என்று, 2013இல் வெளியிடப்பட்ட இந்த அமைப்பின் அறிக்கை முக்கியத்துவம் வாய்ந்தது. 'பருவநிலை மாற்றம் 2021: இயற்பியல் அடிப்படையில்' என்பது ஐபிசிசியின் ஆறாவது அறிக்கையின் (எஆர் 6) முதல் பகுதியாகும். பூமி வெப்பமடைதல் குறித்த இந்தச் சிறப்பு அறிக்கை – 2021, பருவநிலை மாற்ற அச்சுறுத்தலுக்கு, பூமி வெப்பமடைவது எந்த வகையில் தொடர்புடையதாக உள்ளது என்பதையும் பசுங்குடில் வாயுக்களால்

ஏற்படும் விளைவுகளையும் குறிப்பிடுகிறது. இந்த 3 ஆயிரம் பக்கம் கொண்ட அறிக்கை, 6,000க்கும் மேற்பட்ட அறிவியல் மற்றும் தொழில்நுட்ப ஆராய்ச்சிக் கட்டுரைகளின் சாராம்சமாகும்.

ஐபிசிசி என்பது 'விஞ்ஞானிகளின் அமைப்பு' என்று பலரும் நினைக்கிறார்கள். அது உண்மையல்ல. 195 நாடுகளின் அரசு பிரதிநிதிகளும் இதில் இருக்கிறார்கள். ஆகஸ்ட் 2021இல் வெளியான, இந்த அறிவியல் அறிக்கையைத் தயாரிக்கும் பணியில் 200 சுற்றுச்சூழல் ஆய்வாளர்களும் ஈடுபட்டிருந்தனர். கடந்த நான்கு ஆண்டுகளில், புகழ்பெற்ற அறிவியல் சஞ்சிகைகளில் வெளியான ஆய்வுக் கட்டுரைகளிலிருந்து இந்த அறிக்கையை உருவாக்கியுள்ளனர். ஐபிசிசியில் மூன்று பணிக்குழுக்கள் உள்ளன. பணிக்குழு I, பருவநிலை மாற்றத்தின் இயற்பியல் பண்புகளைக் கையாளுவது, பணிக்குழு II, பருவநிலைப் பாதிப்புகளைக் கையாள்வது, பணிக்குழு III, பருவநிலை மாற்றத்தைத் தணிப்பது பற்றியதாகும். கோவிட் கட்டுப்பாடுகள் காரணமாக ஐபிசிசி–2021 அறிக்கை வெளிவர ஒரு வருடம் தாமதமானது. அறிவியலாளர்கள், 21ஆம் நூற்றாண்டில் பூமி வெப்பமடைதலால் ஏற்படும் விளைவுகள் மிக அதிகமாக இருக்கும் என்று இந்த அறிக்கையில் எச்சரிக்கின்றனர். அடுத்து வரும் இருபது ஆண்டுகளில், பூமியின் மேற்பரப்பு வெப்பமடைதல் $1.5 - 1.6\,^\circ C$ அளவில் உயரக்கூடும். ஒவ்வொரு கூடுதல் $0.5\,^\circ C$ பூமி வெப்பமடைதலுக்கு, வெப்ப அலைகளின் தீவிரம், அதிக மழைப்பொழிவு, கடும் வறட்சி போன்ற பேரிடர்கள் ஏற்படக்கூடும். ஐபிசிசி–2021 அறிக்கையை "மனிதகுலத்திற்கான கோட் ரெட் குறியீடு" என்று ஐநா பொதுச் செயலாளர் அன்டோனியோ குடெரெஸ் கூறினார்.

இரா. மகேந்திரன், ஜெ. பழனிவேல்

12

ஐபிசிசி அறிக்கைகளில் குறிப்பிடப்பட்டுள்ள முக்கியக் கருத்துக்கள் யாவை?

இந்த அறிக்கைகளில் குறிப்பிடும் முக்கியமான செய்தி, பாரிஸ் ஒப்பந்தத்தின்படி அனைத்து நாடுகளும் தங்களது பசுங்குடில் வாயுக்களின் உமிழ்வைக் கட்டுப்படுத்தினாலும் இந்த நூற்றாண்டின் இறுதியில், புவியின் சராசரி வெப்பநிலையானது $2 - 3°C$ உயரக்கூடும் என்பதே.

முதல் மதிப்பீட்டு அறிக்கை (1990): இது பருவநிலை மாற்றத்தின் பின்னணியில் உள்ள அறிவியல் குறித்த கண்ணோட்டத்தை வழங்கியது. உலக வெப்பமயமாதலின் ஆதாரங்கள் குறித்து இவ்வறிக்கையில் குறிப்பிடப்பட்டிருந்தது.

இரண்டாவது மதிப்பீட்டு அறிக்கை (1995): உலக அளவில், பருவநிலை மாற்றத்தில் மனிதர்களது செயல்பாடுகளும் காரணமாக இருக்கலாம்.

மூன்றாவது மதிப்பீட்டு அறிக்கை (2001): கடந்த 50 ஆண்டுகளில் உலகம் சந்தித்த வெப்பநிலை உயர்வுக்கு மனிதச் செயல்பாடுகளே காரணம் என்பதற்கான வலுவான ஆதாரங்களை முன் வைத்தது.

நான்காவது மதிப்பீட்டு அறிக்கை (2007): வளிமண்டலம் மற்றும் கடல்களின் வெப்பநிலை உயர்வு, பனிப்பாறைகள் உருகுதல், கடல்நீர் மட்டம் உயருதல் போன்றவற்றைக் கண்காணித்ததின் அடிப்படையில் 'பூமி வெப்பமயமாதல்' என்பது நிகழ்ந்துகொண்டிருப்பது தெளிவாகியது.

ஐந்தாவது மதிப்பீட்டு அறிக்கை (2014): அனைத்துக் கண்டங்கள் மற்றும் கடல்களில் ஏற்பட்டிருக்கும் மாற்றம், நமது செயல்பாடுகளினால் ஏற்பட்டதாகும். தற்போதைய பூமி வெப்பமயமாதலுக்கு, 95% மனிதர்கள் மட்டுமே காரணம் என்றும் குறிப்பிட்டிருந்தது.

ஆறாவது மதிப்பீட்டு அறிக்கை (2021): 1750ஆம் ஆண்டுக்குப் பிறகு, வளிமண்டலத்தில் அதிகரித்துள்ள பசுங்குடில் வாயுக்களின் செறிவுக்குச் சந்தேகத்திற்கிடமின்றி மனித நடவடிக்கைகள் மட்டுமே காரணம் என்பதை உறுதி செய்தது.

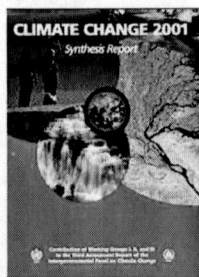

ஐபிசிசி அறிக்கைகள்

இரா. மகேந்திரன், ஜெ. பழனிவேல்

13

ஐபிசிசி–2021, ஐபிசிசி–2022இன் சிறப்பம்சங்கள் என்னென்ன?

- அண்டார்க்டிக்காவில் உள்ள பனிப்பாறைகள் உருகுவதால் கடல் நீர் மட்டம், இந்த நூற்றாண்டின் இறுதிக்குள் 1 மீட்டரும், 2500க்குள் 5 மீட்டரும் உயரக்கூடும். 1971ஆம் ஆண்டு முதல், கடல் (மேற்பரப்பிலிருந்து சுமார் 2100 அடி வரை) வெப்பமடைந்து வருகிறது. மேலும், கடல் நீரின் மேற்பரப்பு வெப்பநிலை சுமார் 0.25°C வரை உயர்ந்துள்ளது.
- முதன்முறையாக, ஐபிசிசி ஒரு அத்தியாயத்தை ஏரோசோல்கள், நுண் துகள்கள் மற்றும் மீத்தேன் ஆகியவற்றிற்கு ஒதுக்கியுள்ளது குறிப்பிடத்தக்கதாகும்.
- நிலக்கரி சுரங்கங்கள், விவசாயம், விலங்குகளின் செரிமானம், எண்ணெய், எரிவாயு செயல்பாடுகளினால் வளிமண்டலத்தில் வெளியிடப்படும் மீத்தேன், கார்பன் டை ஆக்சைடை விட 84 மடங்கு அதிகமாக பூமி வெப்பமாதலை அதிகரிக்கிறது. உருகிவரும் பெர்மொபிரோஸ்ட்களும் காட்டுத்தீயும் வளிமண்டலத்தில் மீத்தேன் செறிவை அதிகரித்து வருகின்றன.
- இயற்கைக்கு நாம் இழைத்திருக்கும் தீங்குகளால் ஏற்பட்டிருக்கும் இந்த மாற்றங்களை நூற்றுக்கணக்கான ஆண்டுகளுக்குச் சரி செய்ய முடியாது என ஐபிசிசி குறிப்பிட்டுள்ளது. 21ஆம் நூற்றாண்டு முழுவதும், கடலோரப் பகுதிகள் கடல் மட்ட உயர்வால் பாதிக்கப்படும். 1971 முதல் கடல் மட்ட உயர்வு மூன்று மடங்காக அதிகரித்துள்ளது. ஒவ்வொரு 0.5°C உயர்வுக்கும், அதிக மழைப்பொழிவு, பெரும் வெள்ளம்,

வறட்சி ஆகியன அதிகரிக்கும். வட அமெரிக்கா மற்றும் மத்திய தரைக்கடல் பகுதிகளில் வெப்ப அலைகளின் தீவிரமும் மற்றும் நிகழ்வுகளும் அதிர்வெண்ணும் அதிகரித்துள்ளதாக இந்த அறிக்கையில் குறிப்பிடப்பட்டுள்ளது.

ஐபிசிசி–2022இன் சிறப்பம்சங்கள்

ஐபிசிசி–2022 அறிக்கையின் முக்கியக் கூறுகளாக, 2040ஆம் ஆண்டிற்குள், சராசரி வெப்பநிலையைவிட 1.5°C வெப்பநிலை உயர்வைக் கடக்க உள்ளோம். தற்போது நிகழும் பருவநிலை மாற்றத்தின் முக்கியக் காரணி 'மனிதர்கள்' மட்டும்தான். வளிமண்டலத்தில் 'மீத்தேன்' வாயுவின் அளவை நாம் பெருமளவு குறைக்க வேண்டும். குறிப்பாக, மீளமுடியாத பருவ நிலை மாற்ற விளைவுகளின் 'ஊக்கி விளம்புகளை' (டிப்பிங் பாயிண்ட்) நாம் நெருங்கி வருகிறோம். உலக மக்கள்தொகையில், சுமார் 40% பருவ நிலை மாற்றத்தின் தாக்கங்களுக்கு "அதிகமாகப் பாதிக்கப்படக்கூடியவர்கள்" என்கிறது ஐபிசிசி–2022 அறிக்கை.

2070ஆம் ஆண்டில் இந்தியா 'நிகர பூஜ்ஜிய கார்பன் உமிழ்வு' என்ற இலக்கை எட்டும் என்பதும் 2030ஆம் ஆண்டுக்குள் இந்தியாவில் உற்பத்தி செய்யப்படும் மின்சாரத்தில் 50% புதுப்பிக்கத்தக்க ஆற்றல் கொண்டு உற்பத்தி செய்யப்படும் என்பதும் ஆறுதல் அளிக்கும் ஒன்றாகும். உலக மக்கள் தொகை 2050இல் 980 கோடியாக உயரும் எனக் கணிக்கப்பட்டுள்ளது.

இந்தியாவைப் பொறுத்தவரை, 2050ஆம் ஆண்டில் மக்கள் தொகை சுமார் 166 கோடியாக உயரும் என எதிர்பார்க்கப்படுகிறது. இது பருவநிலை மாற்றத்தின் விளைவுகளைப் பெரிதும் அதிகரிக்கும். 2100ஆம் ஆண்டு வாக்கில், இன்றைய விவசாய நிலங்களில் 8% விவசாயத்துக்கு ஏற்றதாக இருக்காது. $1.5^{\circ}C$ என்ற அளவில் வெப்பநிலை உயரும் பட்சத்தில், பனிப்பாறைகள் உருகி கடல் நீர் மட்டம் 2100 ஆண்டு வாக்கில் 2 மீட்டர் வரை உயரக்கூடும். இதே நிலை தொடர்ந்தால், 2150ஆம் ஆண்டு வாக்கில் கடல்நீர் மட்டம் 5 மீட்டர் வரை உயரக்கூடும். பருவநிலை மாற்றத்தின் விளைவால், ஒவ்வொரு நிமிடமும் நமது புவியில் 23 ஹெக்டேர் நிலம், தனது வளங்களையும் மரங்களையும் இழந்து பாலையாகிக் கொண்டிருக்கிறது.

2050களில், இந்தியாவில் சுமார் 3.5 கோடி மக்கள் வெள்ள அபாயத்தை எதிர்கொள்ள நேரிடும். மேலும் 2050இல், இந்தியாவில் சுமார் 40% மக்கள் தண்ணீர் பற்றாக்குறையால் பாதிக்கப்படக்கூடும். வெப்பமயமாதல் $1.5^{\circ}C$ உயர்ந்தால், பனிப்பாறைகள் உருகி கங்கை, பிரம்மபுத்திரா நதிப் படுகைகளில் வெள்ளம் அதிகரிக்கும். அரிசி, கோதுமை, பருப்பு வகைகள் மற்றும் தானிய விளைச்சல்கள் 2050இல் கிட்டத்தட்ட 9% குறையும். கார்பன் உமிழ்வு தற்போதுள்ள நிலையில் தொடருமானால், ஆப்பிரிக்க கண்டத்தின் பல பகுதிகள் வாழத் தகுதியற்றதாக மாறும். ஆப்பிரிக்காவில், மக்காச்சோளம் உற்பத்தி 30%, பீன்ஸ் உற்பத்தி 50% குறையும்.

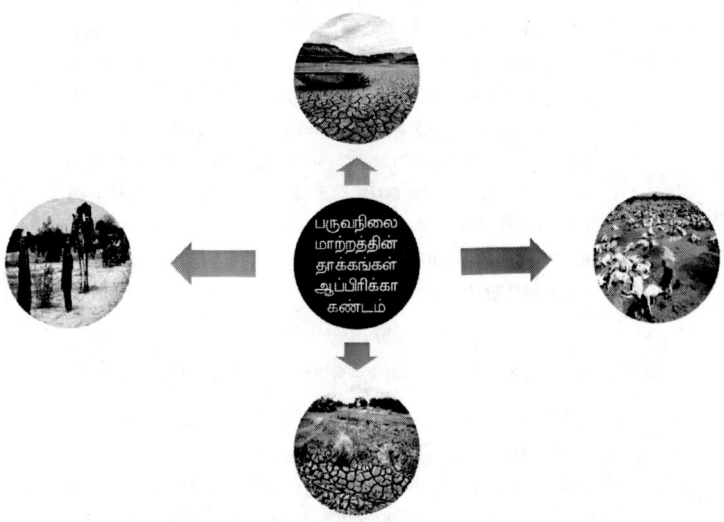

பருவநிலை

பருவநிலை மாற்றம்

14

ஐபிசிசியின் ஆறாவது அறிக்கையில் குறிப்பிடப் பட்டுள்ள சில 'கசப்பான' உண்மைகள் யாவை?

ஐபிசிசி, ஆகஸ்ட் 2021இல் தனது ஆறாவது அறிக்கையை வெளியிட்டது. அதில் 'மனித இனத்தின் மனிதாபிமானமற்ற செயல்களே பூமி வெப்பமயமாதலுக்கு முக்கியக் காரணம்' என்றும் இதன் விளைவாகப் பருவநிலை வேகமாகவும், தீவிரமாகவும் மாறி வருகிறது என்றும் எச்சரித்துள்ளது.

* ஐபிசிசி அறிக்கையின் மிக முக்கியமான அம்சம், வெப்பமயமாதல் காரணமாக பூமியில் ஏற்கெனவே நடந்திருக்கும் சில மாற்றங்களை மீண்டும் சரி செய்யவே முடியாது என்பதுதான்.

* நமது செயல்பாடுகளினால், வளிமண்டலத்தில் வெளியிடப்பட்டிருக்கும் கார்பன் டை ஆக்சைடு, மீத்தேன், நைட்ரஸ் ஆக்சைடு மற்றும் பிற பசுங்குடில் வாயுக்கள் பல ஆண்டுகளாக வளிமண்டலத்தில் 'உயிர்ப்புடன்' இருக்கும். இதனால், வரும் ஆண்டுகளில் பூமி வெப்பமடைதலைத் தடுக்க முடியாது என்பதே உண்மை. சுமார் 1,337 டன்கள் கார்பன் டை ஆக்சைடு ஒவ்வொரு வினாடியும் வளிமண்டலத்தில் வெளியேற்றப்பட்டு வருகிறது.

* இந்த நூற்றாண்டின் கடைசி இருபது வருடங்கள், மிகவும் வெப்பமானதாக இருக்கும்.

* பூமி வெப்பமடைதலால் பாதிக்கப்படும் மிக மோசமான இடங்களில் ஆர்க்டிக் கண்டமும் ஒன்றாகும். ஆர்க்டிக்கில் பனி வேகமாக உருகி வருகிறது. 2040க்குள் இப்பகுதியில் உள்ள

இரா. மகேந்திரன், ஜெ. பழனிவேல்

பனிப்பாறைகள் முற்றிலும் உருகிவிடும் அபாயத்தில் உள்ளன.

- பூமி வெப்பமடைதலால் சுமார் 25,000 விலங்கு மற்றும் தாவர இனங்கள் அழியும் தருவாயில் உள்ளன.
- 1700இல் தொழில்துறை புரட்சிக்குப் பிறகு, பூமியில் கார்பன் டை ஆக்சைடு அளவு 34% அதிகரித்துள்ளது. இந்த அதிகரிப்பு, ஆஸ்துமா மற்றும் பிற சுவாச நோய்களுக்குக் காரணமாக இருக்கிறது.
- பூமி வெப்பமடைதலை விரைவில் கட்டுப்படுத்தா விட்டால் இயற்கைப் பேரழிவுகளால் ஏற்படும் பொருளாதார இழப்புகள் கடுமையாக அதிகரிக்கும். உலகளவில், பருவநிலை மாற்றம் தொடர்பாக உண்டான பேரழிவுகளால், 1980முதல் 2011வரை யு எஸ் $ 5.2 பில்லியனும், 2011முதல் 2015வரை யு எஸ் $ 10.8 பில்லியன் என்ற அளவிலும் பொருளாதார இழப்பு ஏற்பட்டது.

1850–1900 வரையிலான காலகட்டத்தில், பத்து ஆண்டு களுக்கு ஒரு முறை மட்டுமே நிகழந்த வெப்பஅலைகள், தற்போது 1 °C உயர்வால், வருடத்திற்கு சுமார் 3 முறை நிகழ்கின்றன. வரும்காலங்களில் இது போன்ற நிகழ்வுகள், 1.5°C வெப்பமடைதலில் 4 முறையும், 2°Cயில் 6 முறையும், 4°C வெப்பமடைதலில் 9 முறையும் அதிகரிக்கும். 1850–1900 காலகட்டத்தில் பத்து ஆண்டுகளுக்கு ஒரு முறை மட்டுமே நிகழ்ந்து வந்த அதிதீவிர மழைப் பொழிவு நிகழ்வுகள், தற்போது (1°C) 1.3 முறை நிகழ்கிறது. வரும் காலங்களில் இது போன்ற நிகழ்வுகள், 1.5°C வெப்பமடைதலில் 1.5 முறையும், 2°Cயில் 1.7 முறையும், 4°C வெப்பமடைதலில் 2.7 முறை என்ற அளவில் அதிகரிக்கும். 1850–1900 களில் பத்து ஆண்டுகளுக்கு ஒரு முறை மட்டுமே வந்த வறட்சி, தற்போது (1°C) 1.7 முறை நடக்கிறது. வரும் காலங்களில் இது போன்ற நிகழ்வுகள், 1.5°C வெப்பமடைதலில் 2 முறையும், 2°C யில் 2.4 முறையும், 4°C வெப்பமடைதலில் 4.1 முறையும் நிகழக்கூடும். உலகெங்கிலும் சுமார் 1 பில்லியன் மக்கள் உயிருக்கு ஆபத்தான வெப்ப அலைகளை எதிர்கொள்ளக் கூடும். கடுமையான வறட்சி காரணமாக மக்கள் தண்ணீருக்காகப் போராடும் நிலை உருவாகும். இன்று இருக்கும் சில விலங்கு தாவர இனங்கள் அழிந்துபோகும். கடலில் உள்ள பவளப் பாறைகள் பெரும் அழிவைச் சந்திக்க நேரிடும் என்றும் இந்த அறிக்கை எச்சரிக்கிறது.

15

ஐபிசிசி – 2021 இந்தியாவுக்கு விடுத்திருக்கும் எச்சரிக்கைகள் யாவை? பருவ நிலை மாற்றத்திற்கு எதிராக இந்தியா எடுத்திருக்கும் நடவடிக்கைகள் என்னென்ன?

1901, 2009, 2010, 2016 மற்றும் 2017ஆம் ஆண்டுகளுக்குப் பிறகு 2021ஆம் ஆண்டு ஐந்தாவது 'வெப்பமான' ஆண்டாகும். திடீர் வெள்ளம், புயல், பெருமழை, நிலச்சரிவு போன்ற தீவிர வானிலை நிகழ்வுகளால் மட்டுமே, இந்தியாவில் 1,750 இறப்புகள் இந்த ஆண்டில் மட்டும் பதிவாகியுள்ளது. ஆண்டு சராசரி வெப்பநிலை இயல்பை விட 0.44°C அதிகமாகப் பதிவாகியுள்ளது என்று இந்தியா வருடாந்திர காலநிலை அறிக்கை – 2021 தெரிவித்துள்ளது. இந்தியாவின் காற்று மாசுபாட்டிற்கு முக்கியக் காரணிகளாக மின் உற்பத்தி, போக்குவரத்து, சமையல் எரிவாயு, தொழிற்துறை, கட்டுமானத்துறை, குப்பை விவசாயக் கழிவுகளை எரித்தல் போன்றவை இருப்பதாக இந்த அறிக்கையில் சுட்டிக்காட்டப்பட்டுள்ளது. மொத்த உலகளாவிய கார்பன் டை ஆக்சைடு உமிழ்வு, 2022இல் 40.6 பில்லியன் டன்களாக இருந்தது. 2022இல், கார்பன் உமிழ்வு சீனா (0.9%), ஐரோப்பிய ஒன்றியத்தில் (0.8%) குறைந்திருக்கலாம் என்றும் அமெரிக்கா (1.5%), இந்தியா (6%) உலகின் பிற பகுதிகளில் (1.7%) அதிகரித்திருக்கலாம் என்றும் கணிக்கப்பட்டுள்ளது.

மக்கள் தொகைப் பெருக்கம், நிலக்கரி பெட்ரோலியப் பொருட்களை நம்பியிருக்கும் பொருளாதாரம் ஆகிய காரணங்களால் கார்பன் டை ஆக்ஸைடு வெளியேற்றம் தொடர்ந்து

அதிகரித்துக்கொண்டே வருகிறது. கடந்த 30 ஆண்டுகளில், வெப்பநிலை உயர்வு மற்றும் குறைந்த மழைப் பொழிவு போன்ற தட்ப வெப்பநிலை மாற்றங்கள் உலகைக் கலக்கமடையச் செய்துள்ளது. இந்தியா நீண்ட கடற்கரையை (7,100 கி.மீ.) கொண்ட நாடு. எனவே, கடல் மட்டம் உயரும் பட்சத்தில் இந்தியா கடுமையானப் பாதிப்புகளைச் சந்திக்கக்கூடும். கடற்கரை ஓரத்தில் வாழும் மக்கள் முதலில் பாதிக்கப்படுவார்கள். இதில் கடுமையாக பாதிக்கக்கூடிய நகரங்களில், கொல்கத்தாவும், பாகிஸ்தானில் கராச்சியும் உள்ளன. 2015ஆம் ஆண்டில் வீசிய வெப்பக்காற்றால் இந்தியாவிலும், பாகிஸ்தானிலும் ஆயிரக்கணக்கானோர் இறந்தனர். வெப்பநிலை $1.5°C$ உயரும் பட்சத்தில், உணவுப் பற்றாக்குறை, அத்தியாவசியப் பொருட்களின் விலை உயர்வு, வாழ்வாதாரம் பாதிப்பு சுகாதார பாதிப்பு, மக்கள் புலம் பெயர்தல் போன்ற கடும் விளைவுகளைச் சந்திக்கக்கூடும்.

- 21ஆம் நூற்றாண்டில், இந்தியாவில் வெப்ப அலைகளும், கடுமையான வறட்சியும், சீரற்ற மழைப்பொழிவும், பெரும் வெள்ளமும் அடிக்கடி நிகழும். 1999இல், ஒடிசாவில் ஏற்பட்ட சூறாவளியால் 10,000 மக்களும், 2013இல் உத்தரகாண்டில் ஏற்பட்ட திடீர் வெள்ளப்பெருக்கால் 5748 மக்களும் உயிரிழந்தனர். 2020இல் கேரளாவில் ஏற்பட்ட வெள்ளம் 400க்கும் மேற்பட்ட மக்களின்

முன்பு

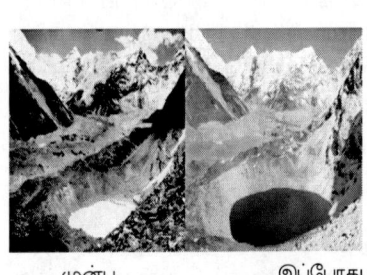

முன்பு இப்போது இப்போது

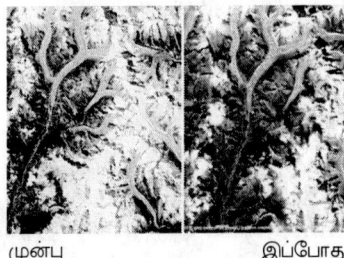

முன்பு இப்போது

பருவநிலை மாற்றம்

உயிரைப் பறித்தது. அரபிக்கடல், வங்காள விரிகுடா மற்றும் இந்தியப் பெருங்கடல், உலக கடல்களின் சராசரியைவிட மிக வேகமாக வெப்பமடைந்து வருவது கவலைக்குரிய தாகும். அடுத்த 20 ஆண்டுகளில் இந்தியப் பெருங்கடலின் மேற்பரப்பு வெப்பநிலை $1-2°C$ அதிகரிக்க வாய்ப்புள்ளது.

✦ இமயமலை பிராந்தியத்தில், பருவநிலை மாற்றத்தால், திசையன் பரவும் நோய்கள் அதிகரிக்கும். இமயமலையில் உள்ள பனிக்கட்டிகள் வரவிருக்கும் ஆண்டுகளில் வேகமாக உருகிவிடும் அபாயத்தில் உள்ளன.

✦ பசுங்குடில் வாயுக்கள் 33–35% வரை குறைக்கப்படும் என்று ஐநா பருவநிலை அமைப்பிற்கு இந்தியா உறுதி அளித்துள்ளது. 2030ஆம் ஆண்டுக்குள், காடு வளர்ப்பு மற்றும் நவீனத் தொழில்நுட்பங்கள் மூலம் வளி மண்டலத்தில் உள்ள 330 பில்லியன் டன் 'கார்பன் சுவடுகள்' நீக்கப்படும்.

✦ புவி வெப்பமடைதல் காரணமாக, 2001–2020 இடையில் இந்தியாவில் ஆண்டுதோறும் சுமார் 259 பில்லியன் மணிநேர 'உழைப்பு' வீணானது. இதன் காரணமாக, 2001–2020இல், இந்தியாவில் மட்டும் ரூ. 46 லட்சம் கோடி இழப்பு ஏற்பட்டது. உலகம் முழுவதும் ஆண்டுக்கு 677 பில்லியன் மணி நேர உழைப்பும் வீணாகிறது. இதன் மதிப்பு ரூ.156 லட்சம் கோடியாகும்.

✦ தீவிர வானிலை நிகழ்வுகளால், விவசாயிகளின் வருமானம் 14% வரை குறையலாம். 21ஆம் நூற்றாண்டின் பிற்பகுதியில் எல் நினோ தொடர்பான மழைப் பொழிவு, அதிகரிக்கலாம்.

✦ இந்தியாவின் பல மாநிலங்களில், 'கூட்டு வானிலை நிகழ்வுகளின் தகவு' அதிகரிக்கும். அதாவது, ஒன்றன் பின் ஒன்றாக பல்வேறு தீவிர வானிலை நிகழ்வுகள் நிகழும். உதாரணமாக, வறட்சியைத் தொடர்ந்து வெப்ப அலைகள், மேகவெடிப்பு மற்றும் பெரும் வெள்ளம் என்று பேரிடர்கள் தொடர வாய்ப்புள்ளது.

✦ கடல் நீர் அடர்த்தியில் மாற்றங்களும் கடல் அமிலமயமாக்கலும் அதிகரிக்கும். மேலும் கடல் நீரில் ஆக்ஸிஜனின் செறிவும் குறையும்.

✦ பருவநிலை மாற்றத்தின் விளைவுகளை எதிர்கொள்ள இந்தியாவின் திட்டங்கள்: இந்திய அரசு, தேசிய சூரிய மின் ஆற்றல் திட்டம், சூரிய ஆற்றலைத் திறம்படக் கையாளு வதற்கான தேசிய திட்டம், நீடித்த வாழ்விடங்களுக்கான

இரா. மகேந்திரன், ஜெ. பழனிவேல்

தேசியத் திட்டம், தேசிய நீர் திட்டம், இமயமலைச் சூழல் பாதுகாப்புத் திட்டம், பசுமை இந்தியாவிற்கான தேசியத்திட்டம், வேளாண்மைக்கான தேசியத் திட்டம், பருவநிலை மாற்றம் பற்றிய அறிவிற்கான தேசியத் திட்டம் போன்ற திட்டங்களை அறிவித்துள்ளது. 2025ஆம் ஆண்டுக்குள் ரூ. 40,000 கோடிக்கும் 2030ஆம் ஆண்டுக்குள் ரூ.3.7லட்சம் கோடிக்கும் மின்சார வாகனங்களுக்கு நிதியுதவி அளிக்கும் திட்டத்தையும் இந்தியா அறிமுகப் படுத்தியுள்ளது. மின்சார வாகனங்களின் பயன்பாட்டை அதிகரித்து, சாலைப் போக்குவரத்தில் கார்பன் உமிழ்வு இல்லாத நிலையைக் கொண்டுவர வேண்டும் என்பதே நமது நாட்டின் நோக்கமாகும்.

* இந்திய அரசு 2070ஆம் ஆண்டுக்குள் நிகர பூஜ்ஜிய கார்பன் உமிழ்வை அடையும் என்றும் 2030ஆம் ஆண்டிற்குள் புதுப்பிக்கத்தக்க ஆற்றல் மூலங்களிலிருந்து 50% மின்சாரத்தை உற்பத்தி செய்யும் என்று உறுதியளித் திருக்கிறது. பருவநிலை மாற்றத்திற்கான தேசிய செயல் திட்டம், 2008ஆம் ஆண்டு இந்திய அரசாங்கத்தால் அறிமுகப்படுத்தப்பட்டது. இந்தியா, உலகிலேயே அதிக மக்கள்தொகை (2023இல் 142.8 கோடி) கொண்ட நாடாகும். உலக மக்கள்தொகை மதிப்பாய்வின்படி, 2022ஆம் ஆண்டின் இறுதியில் இந்தியாவின் மக்கள் தொகை 141.7 கோடியாக இருந்தது. சுற்றுச்சூழல் செயல்திறன் குறியீடு – 2021இல் 177 ஆவது இடத்திலும் சுற்றுச்சூழல் செயல்திறன் குறியீடு – 2022இல் 180 இடத்திலும் இருந்தது. மக்கள்தொகைப் பெருக்கம் மற்றும் பெட்ரோலியப் பொருட்களின் அதி விரைவான பயன்பாட்டின் காரணமாக, பசுங்குடில் வாயுக்களின் வெளியேற்றம் கடுமையாக அதிகரித்துள்ளது. இந்தியா, உலகளாவிய மின்சாரத்தில் 5.2% மட்டுமே பயன்படுத்துகிறது. எனவே, இந்தியாவில் தனிநபர் CO_2 உமிழ்வு மிகவும் குறைவாகவே இருக்கிறது.

* காற்றாலைகள் மூலம் 'பசுமை ஆற்றலை' ஊக்குவிப்பதற்காக இந்திய அரசு 'காந்தி திட்டத்தை' அறிமுகப்படுத்தியுள்ளது. 2019–2020ஆம் ஆண்டில், இந்தியாவில், புதுமையான நுட்பங்கள் மூலம் CO_2 உமிழ்வில் 150 மெட்ரிக் டன்கள் குறைக்கப்பட்டன. பருவநிலை மாற்றத்தைத் தணிக்கும் இலக்குகளை அடைவதும் 'கிரீன் ஹைட்ரஜன்' மையமாக மாறுவதும் இந்தியாவின் முதன்மை நோக்கங்களாகும். இதனால், இந்தியா 2030க்குள் ஆண்டுக்கு 5,000,000 டன் 'பசுமை ஹைட்ரஜனை' உற்பத்தி செய்யவும், இதன்

உற்பத்தியை 2050க்குள் ஐந்து மடங்கு அதிகரிக்கவும் செயல்திட்டங்களை வகுத்துள்ளது. குறிப்பாக, 'கிரீன் ஹைட்ரஜனை' உற்பத்தி செய்ய கடல் நீர் மற்றும் சூரிய சக்தி பயன்படுத்தப்படுகிறது. இந்தியாவில் கொச்சி சர்வதேச விமான நிலையம் சூரிய சக்தியில் செயல்படும் உலகின் முதல் விமான நிலையம் ஆகும். மேலும், டெல்லி விமான நிலையம் ஹைட்ரோ மற்றும் சூரிய சக்தியில் மட்டுமே செயல்படுகிறது. நமது நாடு அறிமுகப்படுத்திய 'நானோ யூரியா' உரம் விவசாயிகளின் வருமானத்தை அதிகரிக்கவும் போக்குவரத்து நிதி சுமையைக் குறைக்கவும் மண் வளத்தைக் காக்கவும், மண், காற்று, நீர் மாசுபாட்டைக் குறைப்பதிலும் பெரும் பங்கு வகிக்கிறது. உலகளவில் நானோ யூரியாவின் வணிகரீதியான உற்பத்தியைத் தொடங்கிய முதல் நாடு இந்தியா.

கொச்சி விமான நிலையம் – 46,000 சோலார் பேனல்கள் கொண்ட சோலார் பார்ம்

இரா. மகேந்திரன், ஜெ. பழனிவேல்

16

பாரிஸ் ஒப்பந்தம் என்றால் என்ன? இதன் 20/20/20 இலக்குகள் யாவை?

பாரிஸ் ஒப்பந்தம் என்பது பருவநிலை மாற்றம் அதன் விளைவுகளை எதிர்த்துப் போராடுவதற்காக உருவாக்கப்பட்ட ஒப்பந்தமாகும். பருவநிலை மாற்றம் காரணமாக உண்டாகப்போகும் பேரழிவுகளைத் தவிர்ப்பதற்காக உலக நாடுகள் கையெழுத்திட்ட இந்த ஒப்பந்தம்தான் "பாரிஸ் பருவநிலை ஒப்பந்தம்". இந்த ஒப்பந்தம் 2015ஆம் ஆண்டு வரையறுக்கப்பட்டு, 2016ஆம் ஆண்டு ஏப்ரல் மாதம் கையெழுத்தானது. பாரீஸ் பருவநிலை ஒப்பந்தத்தில் இந்தியா உட்பட 196 நாடுகள் கையெழுத்திட்டுள்ளன. சமீபத்தில், பருவநிலை மாற்றம் தொடர்பான பாரிஸ் ஒப்பந்தத்துக்கு சர்வதேச சட்ட அந்தஸ்தும் வழங்கப்பட்டது. பாரிஸ் ஒப்பந்தம் கார்பன் டை ஆக்சைடு உமிழ்வை 20% குறைப்பதையும் புதுப்பிக்கத்தக்க ஆற்றலை 20% அதிகரிப்பதையும் இலக்காகக் கொண்டுள்ளது.

தொழில் புரட்சி ஏற்பட்ட காலத்தில் இருந்த அளவிலிருந்து, பூமியின் வெப்பநிலை உயர்வை $2°C$க்கு மிகாமல் கட்டுப்படுத்த வேண்டும் என்பதே பாரீஸ் ஒப்பந்தத்தின் முக்கிய இலக்கு. புயல், வறட்சி, கடல் மட்டம் உயர்வு போன்ற ஆபத்தான பருவநிலை மாற்ற விளைவுகளைத் தவிர்ப்பதற்கு இந்த இலக்கு முக்கியமானது. இந்த ஒப்பந்தத்தில் கையெழுத்திட்டுள்ள நாடுகள், தாங்கள் அளித்திருக்கும் உறுதிமொழியை நிறைவேற்ற கார்பன் வெளியேற்றத்தைக் குறைப்பதற்குச் செயல்படத் துவங்கியுள்ளன. மேலும், பருவநிலை மாற்றத்தால் ஏற்படும் எதிர்பாராத பாதிப்புக்களைச் சமாளிக்க ஏழை நாடுகள் மற்றும் அதிக பாதிப்புக்கு

பருவநிலை மாற்றம்

உள்ளாகக்கூடிய நாடுகளுக்கு, வளர்ந்த நாடுகள் உதவ வேண்டும். ஆண்டுக்கு 100 மில்லியன் டாலர்களை வளர்ந்த நாடுகள் வளரும் நாடுகளுக்கு வழங்க வேண்டும் என்பதும் இந்த ஒப்பந்தத்தின் முக்கிய நோக்கமாகும். புதுப்பிக்கத்தக்க / மரபுசாரா எரிசக்திக்கும் கார்பன் குறைப்பு தொழில்நுட்பங்களுக்கும் இந்த நிதி பயன்படுத்தப் படவேண்டும். உலகில் அதிக அளவு பசுங்குடில் வாயுக்களை அமெரிக்காவும் சீனாவும் வெளியேற்றி வருகின்றன. உலக மக்கள் தொகையில் 4.25 சதவீதத்தைக்கொண்டுள்ள அமெரிக்கா, 35% பசுங்குடில் வாயுக்களை வெளியேற்றுகிறது.

பருவநிலை மாற்றம் தொடர்பான பாரிஸ் ஒப்பந்தம் - 2015

'கார்பன் நிகர பூஜ்ஜியம்' என்பது வளிமண்டலத்திலிருந்து பசுங்குடில் வாயுக்களை அகற்றுவதன் மூலம், ஒரு நாட்டின் பசுங்குடில் வாயுக்களின் உமிழ்வைக் கட்டுப்படுத்துவதாகும். உதாரணமாக, அதிக மரங்களை வளர்ப்பதன் மூலம் வளிமண்டலத்தில் கார்பன் டை ஆக்ஸைடின் செறிவைப் பெருமளவு குறைக்க முடியும். அதேநேரத்தில் வளிமண்டலத்திலிருந்து கார்பன் டை ஆக்ஸைடை அகற்ற 'கார்பன் கேப்ச்சர்' போன்ற நவீனத் தொழில்நுட்பங்களும் தேவைப்படுகின்றன. இவ்வாறு பசுங்குடில் வாயுக்களை நீக்கினால், இந்த வாயுக்களின் சுவடே அந்த நாட்டில் இல்லாமல் போகும். இதற்கு எடுத்துக்காட்டாக பூட்டானைச் சொல்லலாம். இந்த நாடு பசுங்குடில் வாயுக்களை வெளியிடுவதைவிட அதிகமாக உறிஞ்சுகிறது. பூட்டானைத் தவிர்த்து, 7 நாடுகள் (கொமோரோஸ், காபோன், கயானா, மடகாஸ்கர், பனாமா, சுரினாம்) ஏற்கனவே நிகர பூஜ்ஜிய கார்பன் உமிழ்வை அடைந்துள்ளன.

இரா. மகேந்திரன், ஜெ. பழனிவேல்

17

சிஓபி – 26 மாநாட்டின் நோக்கங்கள் என்ன?

பருவநிலை மாற்றம் மற்றும் சூழலியல் பிரச்சினைகள் குறித்து, 1970களில் தான் அறிவியலாளர் விவாதிக்கத் தொடங்கினார்கள். எண்ணெய், நிலக்கரி, எரிவாயு போன்ற புதைபடிவ எரிபொருட்களின் பயன்பாட்டினாலும், உலகமயமாக்கல் நகரமயமாக்கலினாலும் நாம் சுற்றுச் சூழலை அழித்துவருகிறோம். அடுத்தத் தலைமுறைக்கு 'வாழத் தகுதியற்ற' உலகத்தையே வழங்க இருக்கிறோம். உலக நாடுகளின் தலைவர்கள் சுற்றுச்சூழல் ஆய்வாளர்கள் புவி வெப்பமாதலைக் குறைக்கவில்லை என்றால் மனிதகுலமும், இந்த பூமியும் அழிந்துவிடும் சூழல் உள்ளது என்று எச்சரித்தனர். அதன் விளைவாக, 1992இல் ரியோ டி ஜெனீரோவில் 'எர்த் சமிட்' என்ற பூமி உச்சி மாநாடு நடைபெற்றது. 1994இல், அதன் வரைவுகளை ஆதரித்து 196 நாடுகள் கையெழுத்திட்டன. மேலும், யுனைடெட் நேஷன்ஸ் பிரேம்ஒர்க் கன்வென்சன் கிளைமேட் சேன்ஜ் (UNFCCC) என்கிற ஐக்கிய நாடுகள் சபையின் பருவநிலை மாற்றம் குறித்த அமைப்பும் உருவானது. இந்த அமைப்பில், முடிவுகளை எடுக்கும் அதிகாரம்கொண்ட பிரதிநிதிகள் இணைந்த உயர்மட்ட குழுவிற்குப் பெயர்தான் 'கான்ஃப்ரன்ஸ் ஆஃப் த பார்ட்டீஸ்' (சிஓபி). சிஓபியின் முதல் கூட்டம், 1995இல் ஜெர்மனியின் பெர்லின் நகரில் நடந்தது. அதன் பின்னர் நடந்த கூட்டங்களில், ஜப்பானில் கியோட்டோ நகரில் நடந்த சிஓபி–3 கூட்டம்தான் முக்கிய மைல்கல்லாகக் கருதப்படுகிறது. வளர்ந்த நாடுகள், கார்பன் டை ஆக்ஸைட் உமிழ்வை 5% குறைக்க வேண்டும் என்று இந்தக் கூட்டத்தில்தான் முடிவு செய்யப்பட்டது. இதுவே 'கியோட்டோ ஒப்பந்தம்' ஆகும்.

2012இல் தோகாவில் நடைபெற்ற மாநாட்டில், கியோட்டோ ஒப்பந்தத்தில் சில மாற்றங்களைச் செய்து, கார்பன் டைஆக்ஸைடைக் குறைக்க வேண்டிய காலகட்டத்தை 2013லிருந்து 2020க்கு மாற்றினார்கள். 2015இல் பிரான்ஸ் நாட்டின் பாரிஸ் நகரில் நடந்த சிஓபி–21 கூட்டம் மிகவும் முக்கியத்துவம் வாய்ந்தது. அங்கு நடந்த கூட்டத்தின் வரைவுகளே 'பாரிஸ் ஒப்பந்தம் – 2015'. இந்த ஒப்பந்தத்தில் கையெழுத்திட்ட 196 நாடுகளும் இணைந்து, பூமியின் வெப்ப நிலை உயர்வை 2°Cக்குக் கட்டுப்படுத்துவது, இயன்றால் 1.5°C அளவுக்குக் குறைப்பது என்று முடிவானது.

சிஓபி–26 பருவநிலை உச்சிமாநாடு, ஸ்காட்லாண்டின் கிளாஸ்கோவில் 31–10–2021 முதல் 12–11–2021 வரை நடைபெற்றது. 26ஆவது பருவநிலை மாற்ற மாநாட்டின் தலைவராகச் செயலாற்றியவர், இந்திய வம்சாவளியைச் சேர்ந்த அலோக் சர்மா. பருவநிலை மாற்றத்தைக் குறைப்பதற்கும் பூமியின் வெப்பநிலை 1.5°Cக்கு மேல் அதிகரிக்காமல் தடுக்க வேண்டியதன் அவசியம் குறித்தும் இதில் விவாதிக்கப்பட்டது. சிஓபி 26 மாநாட்டின் முக்கிய நோக்கங்களில் ஒன்று, நிலக்கரிப் பயன்பாட்டை முடிவுக்குக் கொண்டுவருவதாகும். இந்த மாநாட்டில் 2030ஆம் ஆண்டுக்குள், பசுங்குடில் வாயுக்களின் உமிழ்வுகளைக் கட்டுப்படுத்துவதற்குத் தங்களிடம் உள்ள திட்டங்களை இதில் பங்கேற்ற 200 நாடுகளும் தெரிவித்தன.

2030க்குள், குறைந்தது 1,00,000 கோடி மரக்கன்றுகளைப் புதிதாக நடவும், காடுகளைப் பாதுகாப்பது பற்றியும் இந்தக் கூட்டத்தில் விவாதிக்கப்பட்டது. மின்சார வாகனங்களைப்

பயன்படுத்துவது, நிலக்கரி மூலம் உற்பத்தி செய்யப்படும் மின்சாரத்தின் அளவைப் பெருமளவு குறைப்பது, பல்லுயிரினங்களை அழிவிலிருந்து பாதுகாப்பது, பழங்குடி மக்களின் உரிமைகளைப் பாதுகாப்பது, வனவிலங்குகளின் வாழ்விடங்களைப் பாதுகாப்பது, கடலோரப் பகுதிகளில் ஏற்படும் இயற்கைச் சீற்றங்களிலிருந்து மக்களைப் பாதுகாப்பது போன்றவை முக்கிய அம்சங்களாகும். 2030க்குள் காடழிப்பை நிறுத்தவும் மரங்கள் வளர்ப்பை மேம்படுத்தவும் 100 நாடுகளின் தலைவர்கள் வாக்குறுதி அளித்துள்ளனர். இதில் அமேசான் காடுகள் பெருமளவுள்ள பிரேசிலும் உள்ளது குறிப்பிடத்தக்கதாகும். 2030க்குள் அபாயகரமான பசுங்குடில் வாயுவான மீத்தேன் உமிழ்வைக் குறைக்க அமெரிக்காவும் ஐரோப்பிய ஒன்றியமும் கூட்டாகச் செயல்படும் என அறிவித்தது.

பருவநிலை மாநாடு–27
(COP–27)
ஷர்ம் எல் ஷேக், எகிப்து
(6–18, நவம்பர் 2022)

ஐக்கிய நாடுகளின் சிஓபி–27 மாநாடு, எகிப்தில் 6–18 நவம்பர், 2022 நடைபெற்றது. இந்த மாநாட்டில் பருவநிலை மாற்ற நெருக்கடி நிலையை எதிர்கொள்வது, 2030க்குள் பசுங்குடில் வாயுக்களின் உமிழ்வைப் பாதியாகக் குறைப்பது (குறிப்பாக கார்பன் டை ஆக்சைடு, நைட்ரஸ் ஆக்சைடு, மீத்தேன்), $1.5°C$க்குள் வெப்பநிலை உயர்வைக் கட்டுப்படுத்துவது, பருவநிலை மாற்ற விளைவுகளுக்கு ஆப்பிரிக்காவைத் தாங்கக் கூடியதாக மாற்றுவது, பாரிஸ் ஒப்பந்தத்தின் நோக்கங்களை நிறைவேற்றுவது தொடர்பாக விவாதிக்கப்பட்டது. சிஓபி–28 மாநாடு, 30–11–2023 முதல் 12–12–2023 வரை, ஐக்கிய அரபு எமிரேட்ஸில் நடைபெற உள்ளது.

18

ஒற்றை சமுத்திர உச்சி மாநாடு–2022இன் குறிக்கோள்கள் என்னென்ன?

கடல் உயிரினங்களின் உலகப் பதிவேடு – 2021இன் படி, இதுவரை நாம் கண்டறிந்த மொத்த கடல்வாழ் உயிரினங்களின் எண்ணிக்கை சுமார் 2,40,000 இனங்கள் ஆகும். கடலின் அடிப்பகுதியில் 5% மட்டுமே வரைபடமாக்கப்பட்டுள்ளது. 2022, பிப்ரவரி 9–11, பிரான்ஸ் அரசு ஏற்பாடு செய்த 'ஒற்றை சமுத்திர உச்சி மாநாடு' பிரஸ்ட் நகரில், ஐநா மற்றும் உலக வங்கி ஒத்துழைப்புடன் நடை பெற்றது. இந்த உச்சி மாநாட்டின் குறிக்கோள்கள்: கடலில் ஏற்படும் பாதகமான விளைவுகளைக் குறைத்தல், சட்டவிரோத மீன்பிடிப்பைத் தடுத்தல், கடல்சார் சுற்றுச்சூழலைப் பாதுகாத்தல், புவி வெப்பமடைதலுக்கு எதிராகப் போராடுதல், கப்பல் போக்குவரத்தில் கார்பன் உமிழ்வைக் குறைத்தல் மற்றும் பிளாஸ்டிக் மாசுபாட்டைக் குறைத்தல்.

கடலின் 'வெப்ப உள்ளடக்கம்' என்பது கடலால் உறிஞ்சப்படும் ஆற்றலாகும். ஆழ் கடலில் இது உள் வெப்ப ஆற்றலாகச் சேமிக்கப்படுகிறது. 1940லிருந்து கடல் வெப்ப உள்ளடக்கம் சுமார் 417 ஜெட்டா ஜூல்கள் (ஜெட்டா ஜூல் – 1 பில்லியன் டிரில்லியன் ஜூல்) அதிகரித்துள்ளது. 2020 உடன் ஒப்பிடும்போது 2021இல் மட்டும் வெப்ப அதிகரிப்பு சுமார் 14 ஜெட்டா ஜூல்கள். இது 2019இல், நாம் அனைவரும் பயன்படுத்திய மொத்த வெப்ப ஆற்றலை விட 23 மடங்கு அதிகம். நம்மால் வெளியிடப்படும் பசுங்குடில் வாயுக்களில் சுமார்

93% கடலில் கலக்கிறது. கடல் வெப்பமயமாதலின் விளைவாகப் பவளப்பாறை வெளுப்பு, பனிப்பாறைகள் வேகமாக உருகுதல், தொடர்ச்சியாகப் புயல்கள் உருவாதல், உயிர் வேதியியல் மாற்றங்கள் போன்ற இயற்கைக்கு எதிரான நிகழ்வுகள் நடக்கின்றன.

ஒற்றை சமுத்திர உச்சி மாநாடு – 2022

19

'மனித குலத்துக்கான சிவப்புக் குறியீடு' என்றால் என்ன?

ஐபிசிசி–2021 அறிக்கையில், பருவநிலை மாற்றம் பூமியின் அனைத்துக் கண்டங்களிலும் நிகழ்ந்து கொண்டிருக்கிறது என்றும் இது நமது வாழ்க்கை முறையை மாற்றும் எனவும் குறிப்பிட்டுள்ளது. 2030இல் பூமியின் வெப்ப நிலை உயர்வு 1.5°C என்ற வரம்பை எட்ட உள்ளது. அதாவது, 2018இல் நாம் கணித்ததைவிட 10 வருடங்கள் முன்பாகவே இந்த நிலையை அடைய உள்ளோம். இதனால், நன்னீர் பற்றாக்குறை, உணவுத் தட்டுப்பாடு, வெள்ளம், புயல், வெப்ப அலைகளின் காரணமாக ஏற்படும் உயிரிழப்புகள் அதிகரிக்கும். குறிப்பாகத் தெற்காசியாவில் அதிக வெப்பநிலை, இயற்கைப் பேரிடர்கள், காட்டுத்தீ போன்றவை சர்வ சாதாரண மாக நிகழும் என்றும் இமயமலையை ஒட்டியுள்ள பகுதிகளில் பனிப்பாறை உருகுதல், பனிக்கட்டி சரிவுகள் அதிக அளவில் ஏற்படலாம் எனவும் எச்சரிக்கை செய்துள்ளது. கடந்த காலங்களில், சிறிய அளவில்தான் அனல்காற்று வீசி வந்தது. ஆனால், தற்போது உலகத்தின் பெரும்பாலான பகுதிகளில் அனல் காற்று வீசி வருகிறது. இதனால் காட்டுத்தீ அதிகமாவது காடுகள் அழிவது போன்ற பேரிடர்கள் நிகழ்ந்து வருகின்றன. மேலும் நீர் மூலம் பரவும் நோய்கள் மற்றும் ஊட்டச்சத்து குறைபாடு என உலகம் முழுவதும் லட்சக்கணக்கான மக்களின் உடல்நிலை பாதிக்கப்படக்கூடும் என்று உலக சுகாதார நிறுவனம் தெரிவித்துள்ளது. உலக சராசரி கடல் நீர் மட்டம் 1901 – 2018க்கு இடையில்

இரா. மகேந்திரன், ஜெ. பழனிவேல்

0.20மீ அதிகரித்துள்ளது. இது எதிர்காலத்தில், குறைந்தபட்சம் 55செ.மீ. ஆகவும், அதிகபட்சம் 76செ.மீ. ஆகவும் உயரக்கூடும். இவ்வாறு பூமி வெப்பமாதல் இயற்கைப் பேரிடர்களை ஏற்படுத்துவதோடு மட்டுமின்றி எதிர்கால சந்ததியினரின் வாழ்வாதாரத்தையே கேள்விக்குறி ஆக்கிவிடுகிறது. பருவநிலை மாற்றத்தின் விளைவுகளே இந்த நூற்றாண்டில் நாம் எதிர்கொள்ளும் மிகப் பெரிய சவால்களில் ஒன்றாக இருக்கும். ஐநா பொதுச்செயலாளர் அன்டோனியோ குடெரெஸ், ஐபிசிசி–2021 அறிக்கையை, "மனித குலத்துக்கான சிவப்புக் குறியீடு" என்று குறிப்பிட்டுள்ளார்.

20

1.5°C இலக்கு என்றால் என்ன?

தொழில்துறைக்கு முந்தையகால பூமியின் வெப்பநிலையைவிட, தற்போது பூமியின் வெப்ப நிலை உயர்வை 1.5°C க்குள் கட்டுப்படுத்துவதே '1.5°C இலக்கு'. உதாரணமாக 1°C அதிகரித்ததால், சுற்றுச்சூழல் வீழ்ச்சியடையும், உயிரினங்களில் மூன்றில் ஒரு பங்கு அழிவை எதிர்கொள்ளும், கடலில் உள்ள பவளப்பாறைகளில் 70% வரை அழியும் அபாயம் உள்ளது. 2100இல், கடல் மட்டம் 1 மீட்டர்வரை உயர்ந்து, உலக மக்கள் தொகையில் 10% இடம் பெயரலாம். "வேறொருவர் வெளியிடும் கார்பனுக்காக நாங்கள் எங்கள் உயிரைக் கொடுக்க இருக்கிறோம்" என்று மாலத்தீவின் முன்னாள் அதிபர் முகமது நஷீத் கூறினார். இவர் பருவநிலை மாற்றத்தின் விளைவுகளால் பாதிக்கப்படக்கூடிய 50 நாடுகளின் பிரதிநிதியாக உள்ளார். மாலத்தீவு உலகின் தாழ்வான நாடு. இந்த நாட்டில் 1,190 தீவுகள் உள்ளன. பல தீவுகள் கடல் மட்டத்தில் இருந்து சில சென்டி மீட்டர் உயரத்திலேயே அமைந்துள்ளன.

இரா. மகேந்திரன், ஜெ. பழனிவேல்

தொழிற்புரட்சி என்பது 1750–1850 ஆண்டுகளுக்கு இடைப்பட்ட காலத்தில், உலகளவில் ஏற்பட்ட மிகப்பெரிய தொழில்நுட்ப, பொருளாதார, நாகரீக மாற்றங்களைக் குறிக்கும். இது விவசாயம், கைவினைப் பொருட்களிலிருந்து இயந்திரங்களின் பயன்பாட்டிற்கு நாம் மாறிய காலமாகும். நிலக்கரி, எரிவாயு, மின்னணு, அணுசக்தி, இணையம், புதுப்பிக்கத்தக்க ஆற்றல்கள் போன்றவை தொழிற்புரட்சியின் பலனாகும். இதன் விளைவாக உலகளாவிய வெப்பநிலை, தொழிற்புரட்சி கால வெப்பநிலை விட 1.2°C ஆக உயர்ந்துள்ளது. பசுங்குடில் வாயுக்களின் உமிழ்வு பெருமளவு குறைக்கப்படா விட்டால், பூமியின் வெப்பநிலை 2030க்குள் 1.5°Cயும், 2065க்குள் 2°Cயும், 2100க்குள் 4°C ஆகவும் உயரக்கூடும். பருவநிலை மாற்றத்தின் மோசமான விளைவுகளைத் தவிர்க்க, பூமி வெப்பமாதலை 1.5°Cக்குள் கட்டுப்படுத்துவதே சிறந்த வழியாகும். வெப்பநிலை உயர்வை 1.5°Cக்குள் கட்டுப்படுத்த, கார்பன் டை ஆக்சைடு உமிழ்வை 2010 – 2030க்குள் சுமார் 45% குறைக்க வேண்டும். மேலும், 2050க்குள் கார்பன் நிகர பூஜ்ஜியத்தை அடைய வேண்டும். 1.5°C இலக்கை அடைவதற்கு 2015–2050 வரை ஆண்டுக்கு சுமார் 900 பில்லியன் டாலர் முதலீடு தேவைப்படு கிறது. இந்த "ஹாக்கி ஸ்டிக்" வரைபடம் கடந்த 1,000 ஆண்டுகளில் பதிவான சராசரி உலக வெப்பநிலையைக் காட்டுகிறது. இந்த வரைபடம், ஹாக்கி ஸ்டிக்கைப் போன்று கடந்த காலங்களில் தட்டையான மற்றும் சீரான வெப்பநிலையையும் தொழில்துறை புரட்சிக்குப் பின்னர் வேகமாக அதிகரித்து வரும் வெப்பநிலையின் உயர்வையும் காட்டுகிறது. இதன்படி, 2050ஆம் ஆண்டுக்குள் வெப்பநிலை உயர்வை 1.5°Cக்குள் கட்டுபடுத்த, உலகளவில் எண்ணெய், எரிவாயு உற்பத்தியை ஒவ்வொரு ஆண்டும் 3% குறைக்க வேண்டியது அவசியம்.

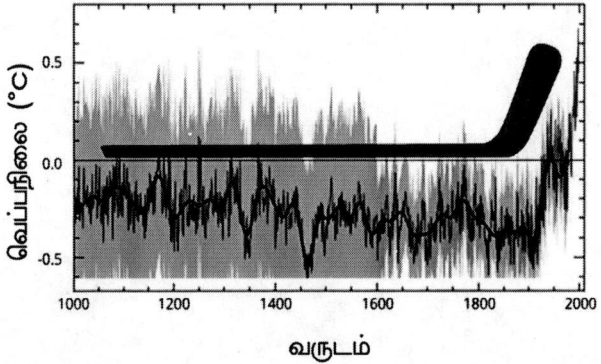

பகுதி III
பருவநிலை மாற்றத்திற்கான முக்கியக் காரணிகள்

21

சூரியப் புள்ளிகளும் சூரியப் புயல்களும் பூமி வெப்பமாதலை அதிகரிக்கின்றனவா?

பூமி வெப்பமடைதலில் சூரிய புயல்களின் பங்கு மிகவும் குறைவாகும். ஏனென்றால், சூரியனின் ஆற்றல் வெளியீடு தீவிரமடைந்திருந்தால், வளிமண்டலத்தின் அனைத்து அடுக்குகளும் வெப்பமடைந்திருக்கும். மாறாக, வானிலை பலூன்கள், செயற்கைக்கோள்களின் தகவல்களின்படி வளிமண்டலத்தின் கீழ்ப் பகுதி வெப்பமாகவும் மேல் அடுக்கு குளிர்ச்சியாகவும் உள்ளது. சூரியன், ஹைட்ரஜன் மற்றும் ஹீலியம் வாயுக்களின் ஈர்ப்புவிசையால் ஒன்றிணைந்து 13 லட்சம் பூமிகளை உள்ளடக்கிவிடுமளவு மிகப்பெரிய 'நெருப்புக் கோளமாக' உள்ளது. ஈர்ப்புவிசை கொடுக்கும் அழுத்தம் காரணமாக மையக்கருவில் இருக்கும் ஹைட்ரஜன் வாயு மிக அதிக அழுத்தம் மற்றும் வெப்பம் அடைவதால் அதிக ஆற்றலுடன் 'அணுக்கரு பிணைப்பு' நடைபெறுகிறது. அணு வினை, ஒளியையும், வெப்ப ஆற்றலையும் மற்றும்

வாயுக்களையும் வெளியிடுகிறது. அதே நேரத்தில், சூரியனின் மைய ஈர்ப்புவிசை வாயுக்களை உள்ளிழுக்கிறது. இவ்விரு எதிர்விசைகளின் சமநிலையால்தான் சூரியன் மாபெரும் நெருப்புக் கோளமாக இருக்கிறது. சூரியனின் மையக்கருவின் வெப்பநிலை 1,50,00,000° Cயோகவும், மேற்பரப்பின் வெப்பநிலை சுமார் 5,700° Cயோகவும் உள்ளது.

சூரிய புள்ளிகள் என்பது சூரியனில் மங்கலாக/கருமை யாகக் காணப்படும் பெரிய புள்ளிகளாகும். சூரியனிலுள்ள வாயுக்கள் சுற்றிச் சுழலும்போது ஏற்படும் மோதலினால் சூரிய புள்ளிகள் தோன்றுகின்றன. இந்தப் புள்ளியைச் சுற்றியுள்ள இடத்தில் வெப்பம் சுமார் 6,000° Cயும், நடுப்பகுதியில் வெப்பம் சுமார் 4,200° C ஆகவும் இருக்கும். இந்தச் சூரிய புயல்கள் பூமியின் வளிமண்டலத்தில் நுழையும் போது, எலெக்ட்ரானிக் சாதனங்கள், மொபைல் டவர்கள், மின்மாற்றிகள், கணினிகள் மற்றும் செயற்கைக் கோள்களின் இயக்கத்தைப் பெரிதும் பாதிக்கின்றன. புவிக்குள் நுழையும்போது, காந்தப்புலத்தால் இதன் சக்தி குறைந்துவிடும் என்பதால், பெரிய பாதிப்புகள் இருக்காது. ஆனால் விண்வெளியில் பாதிப்பு மிக அதிகம். இதுவரை, வரலாற்றில் பதிவு செய்யப்பட்ட மிகப்பெரிய சூரிய புயல், 1859ஆம் ஆண்டு செப்டம்பர் மாதம் ஏற்பட்டது. அப்போது பூமியில் இருந்த தந்திக் கருவிகள் தானாக இயங்கியதாகக் கூறப்படுகிறது. அந்தக் காலக்கட்டத்தில் இருந்த ஒரே எலெக்ட்ரானிக் சாதனம் அதுமட்டும்தான். பூமியின் சுற்றுவட்டப்பாதையில் உள்ள செயற்கைக்கோள்கள், இந்தச் சூரிய புயலால் சேதமடையக்கூடும். சூரிய புயலால் கடந்த 2003ஆம் ஆண்டில் பூமியின் வட்டப்பாதையில் சுற்றிக்கொண் டிருந்த 2 செயற்கைக்கோள்கள் சேதமடைந்தன. இதுவரை, சூரிய புயல்களால் 28 செயற்கைக்கோள்கள் சேதமடைந்துள்ளது. தமிழ்நாட்டில், கொடைக்கானலில் நிறுவப்பட்டுள்ள சூரிய ஆய்வு மையத்தில், சூரிய புள்ளிகள் பற்றிய ஆய்வு நடைபெற்று வருவது குறிப்பிடத்தக்கதாகும்.

22

கடல் அமிலமயமாக்கல் என்றால் என்ன? அவற்றின் விளைவுகள் யாவை?

கடல், கார்பன் சுழற்சியின் மிக முக்கிய அங்கமாகும். வளி மண்டலத்தில் வெளியிடப்படும் கார்பன் டை ஆக்சைடின் உமிழ்வில், வருடத்திற்கு 7.2 – 10.8 பில்லியன் மெட்ரிக் டன் வரை கடலால் உறிஞ்சப்படுகிறது. தேசிய கடல் மற்றும் வளிமண்டல நிர்வாகத்தின் கூற்றுப்படி, கடந்த 200 ஆண்டுகளில் நாம் வெளியேற்றிய கார்பன் டை ஆக்சைடு உமிழ்வில், பாதிக்கும் மேல் கடலால் உறிஞ்சப்பட்டிருக்கின்றன. இவ்வாறு உறிஞ்சப்படும் கார்பன் டை ஆக்சைடு, கடல் நீருடன் வினை புரிந்து கார்போனிக் அமிலத்தை உருவாக்குகிறது. காலப்போக்கில், இந்த அமிலம் கடல்களின் பிஎச் குறியீட்டை (pH – கார, அமிலத் தன்மையின் குறியீடு) குறையச் செய்கிறது. இதனால், கடலின் அமிலத்தன்மை சுமார் 30% அதிகரித்துள்ளது. இந்த அமிலத்தன்மை பல கடல் உயிரினங்களைப் பாதிக்கிறது. உதாரணமாக, கடல்வாழ் உயிரினங்களின் (முத்து, நண்டு, இறால், சிப்பி) மேல் ஓடு உருவாவதைத் தடுத்தும் மற்றும் ஓடு கரைவதற்கும் வழிவகுக்கிறது.

அமிலமயமாக்கலால், கடல்வாழ் உயிரினங்கள் அழிந்துவருகின்றன. 2050ஆம் ஆண்டிற்குள் கடல்வாழ் உயிரினங்களில் 15%முதல் 37%வரை அழிந்துவிடும்

பருவநிலை மாற்றம்

அபாயத்தில் உள்ளன. மேலும், கடல் அமிலமயமாக்கல், சல்பேட் பாக்டீரியாவின் வளர்ச்சியை ஊக்குவித்து, ஹைட்ரஜன் சல்பைடு என்ற நச்சை உருவாக்கி, கடல் நீரில் கரைந்துள்ள ஆக்ஸிஜன் அளவைக் குறைத்து வருகிறது. மேலும், சூடான நீரால், குளிர்ந்த நீரைப்போல ஆக்சிஜனைத் தக்கவைக்க முடியாது. உலகளவில், 1950லிருந்து, கடல் 2% ஆக்ஸிஜனை இழந்துவிட்டன. மேலும் 2100 ஆண்டுக்குள் 3-4% வரை இழக்கும் அபாயமும் உள்ளது. குறிப்பாக, கடலின் மேற்பரப்பு 'ஒளிச்சேர்க்கை' பைட்டோபிளாங்க்டனால் நிறைந்துள்ளது. பூமியின் ஆக்ஸிஜன் உற்பத்தியில் சுமார் 50% ஐ இந்த பைட்டோபிளாங்க்டன்கள் உற்பத்தி செய்கின்றன. இதேபோல், பாசிகள் கடல் வாழ் உயிரினங்களுக்குத் தேவையான 'உணவை' உற்பத்தி செய்து வருகின்றன. கடல் வெப்பமடைதல், அமிலமாக்கல், இந்தப் பாசிகளை அழித்தும், மீன்வளத்தை 2100க்குள் முற்றிலுமாகக் குறைத்துவிடும் என ஆய்வுகள் குறிப்பிடுகின்றன. பல மீன் இனங்கள், ஏற்ற சூழலைத் தேடித் துருவப் பகுதி மற்றும் ஆழ் கடலுக்குள் புலம் பெயர்ந்து வருகின்றன. கடந்த 30 ஆண்டுகளில், அமிலமாக்கலால், பவளப்பாறைகள் பாதிக்கும் மேல் அழிந்துவிட்டன. கடலின் வெப்பநிலை வேகமாக உயரும்போது, மீன்களின் 'ஏரோபிக் திறனை' மட்டுப்படுத்தி, அவற்றின் வளர்ச்சியைப் பாதிக்கிறது. சமீபத்தில், ஆராய்ச்சியாளர்கள் சுறா மீன்களை 27, 29, 31°C வெப்பநிலையில் வளர்த்துள்ளனர். அதிக வெப்பம் கொண்ட நீரில் வளர்க்கப்பட்ட சுறாக்களின் எடை, உடலின் செயல்திறன், வளர்சிதை மாற்ற செயல்திறன் மிகவும் குறைவாக இருப்பதைக் கண்டறிந்தனர். கடல்வாழ் உயிரினங்களின் அழிவு, மீன்பிடி தொழிலைச் சார்ந்திருக்கும் ஒரு மில்லியன் மக்களின் வாழ்வாதாரங்களைப் பாதிக்கும்.

இரா. மகேந்திரன், ஜெ. பழனிவேல்

23

அதிதீவிர வானிலை நிகழ்வு என்றால் என்ன?

அதிதீவிர நிகழ்வு என்பது எதிர்பாராத, அசாதாரணமான, கடுமையான இயற்கைச் சீற்றமாகும். உதாரணமாக, சூறாவளி, ஆலங்கட்டி மழை, கன மழை, மேகவெடிப்பு, சுனாமி, பனிப்புயல், புழுதிப் புயல், திடீர் வெள்ளம். 2021இல், அக்டோபர் மாதத்தில் இந்தியா முழுவதும் கன மழை பெய்தது. கேரளா, உத்தரகாண்ட் மாநிலங்கள் திடீர் வெள்ளத்தை மற்றும் நிலச்சரிவுகளைச் சந்தித்தன. பூமி வெப்பமயமாதலால், நீர் சுழற்சியில் ஏற்படும் தாக்கத்தால் சராசரி பருவமழைப் பொழிவு மிகப்பெரிய அளவில் பாதிக்கப்பட்டு, அதிதீவிர மழைப்பொழிவு அல்லது கடும் வறட்சி ஏற்படுகிறது. கடும் சூறாவளிகள் உயிரிழப்பையும், பெரும் பொருளாதார இழப்பையும் ஏற்படுத்துகிறது. ஆகஸ்ட் 2005இல் கத்ரீனா சூறாவளி 100 பில்லியன் டாலர் சேதத்தை ஏற்படுத்தியது. இந்த சூறாவளி யால் 1,800க்கும் மேற்பட்ட மக்கள் உயிரிழந்தனர். 2012இல், சாண்டி சூறாவளி, சுமார் 50 பில்லியன் டாலர் சேதத்தை ஏற்படுத்தியது. சுமார் 5 மில்லியன் மக்கள் பாதிக்கப்பட்டனர். ஜூலை 20, 2021 அன்று சீனாவின் 'செங்சவு' நகரத்தில் ஒரு மணி நேரத்தில் 201.9 மி.மீ. என்ற அளவு தீவிர பெருமழை (சூப்பர் ஹெவி ரெயின்) பெய்தது. 24 மணி நேரத்தில் 100 மி.மீ.க்கும் அதிகமான மழைப்பொழிவு என்பதே 'தீவிர பெருமழை' என வரையறுக்கப்படு கிறது. இந்த 'ப்ளாஷ் வெள்ளத்தால்' 302 உயிரிழப்பும், 17.7 பில்லியன் அமெரிக்க டாலர் பொருளாதார இழப்பும் ஏற்பட்டது.

இனி 'இயல்பு வாழ்க்கை என்பதே பேரிடர் களுக்கு நடுவில்தான்' என்பதையே ஐபிசிசி–2021இன்

அறிக்கை காட்டுகிறது. கணிக்க இயலாத அதிதீவிர வானிலை நிகழ்வுகள் இனி அதிகமாகவே நிகழும் என்று வானிலை நிபுணர்கள் எச்சரிக்கின்றனர். 1950ஆம் ஆண்டுக்குப் பிறகு, இந்த அதிதீவிர நிகழ்வுகளின் எண்ணிக்கை மூன்று மடங்கு அதிகரித்துள்ளது. இந்தியா போன்ற வெப்ப மண்டல நாடுகளில், காலநிலை அளவீடுகள் குறைவாக இருப்பதாலும் துரிதமாக மாறுவதாலும் மேலை நாடுகளில் பயன்படுத்தும் மாதிரிகளின் அடிப்படையில் நமது நாட்டின் காலநிலையைக் கணிப்பது காலநிலை நிபுணர்களுக்கு மிகவும் கடினமாக உள்ளது. கடந்த சில ஆண்டுகளாக நம் நாட்டில் புயல், வெள்ளம் போன்ற இயற்கைப் பேரழிவுகள் அதிகரித்துள்ளன என்று மத்திய அறிவியல் அமைச்சகத்தின் இணை அமைச்சர் தெரிவித்தார்.

கணிப்புகளை மேலும் துல்லியமாக்கவும், பருவநிலை மாதிரிகளின் செயல் திறனை அதிகரிக்கவும் ஆராய்ச்சிகள் மேற்கொள்ளப்பட்டு வருகின்றன. இந்தியாவைப் பொறுத்தவரை பொதுவாக வங்காள விரிகுடாவில்தான் அதிகமான புயல்கள் உருவாகும். ஆனால், கடந்த நான்கு வருடங்களாக, அரபிக்கடலில் தான் அதிகமான புயல்கள் உருவாகி வருகின்றன. முன்பு, அரபிக்கடலின் சராசரியான புயல் எண்ணிக்கை வருடத்துக்கு ஒன்றுதான். அதுவும் தீவிரப் புயலாக இருக்காது. ஆனால் 2019இல் மட்டும் இந்தியாவைத் தாக்கிய எட்டுத் தீவிரப் புயல்களில் ஐந்து புயல்கள் அரபிக்கடலில் உருவானதாகும்.

இரா. மகேந்திரன், ஜெ. பழனிவேல்

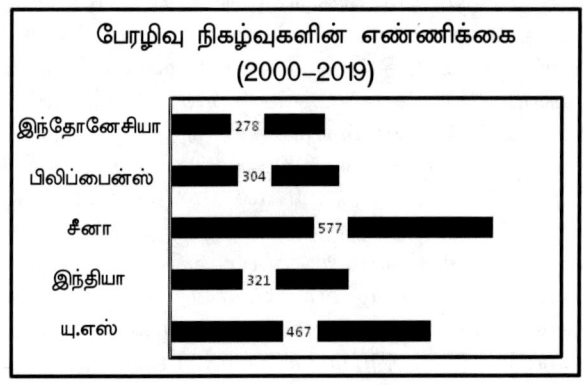

வளிமண்டலத்தில் பசுங்குடில் வாயுக்களின் செறிவு அதிகமாகும்போது, கடலின் சராசரி வெப்பநிலையும் உயர்கிறது. இதனால், வெப்பமான கடற்பகுதிகளிலிருந்து தோன்றும் காற்றழுத்தத் தாழ்வு மண்டலம், விரைவிலேயே தீவிரப் புயலாக வலுப்பெற்றுவிடுகிறது. அரபிக்கடலைப் பொறுத்த வரை, சராசரி மேற்பரப்பு வெப்பநிலை $28-29°C$ என்ற அளவில் தான் இருக்கும். டவ் தே புயலுக்கு முன்பாக, சராசரி வெப்ப நிலை $2°C$ அதிகரித்து, $31°C$ ஆக இருந்திருக்கிறது. அதிதீவிரப் புயலாக டவ் தே வலுப்பெற்றதற்கு இதுவும் ஒரு காரணமாகும். வருங்காலங்களில், அரபிக்கடலில் காற்றழுத்தத் தாழ்வுப் பகுதி உருவானால், அது வலுவிழக்காமல், புயலாக மாறவே வாய்ப்புகள் அதிகம். இந்தக் கடல் மேற்பரப்பு வெப்பநிலை உயர்வு, பருவமழையை மாற்றியமைப்பதோடு மட்டுமல்லாமல், கடலின் உணவுச்சங்கிலியையும் சீர்குலைக்கிறது.

2021இல், மகாராஷ்டிரா மற்றும் குஜராத்தில் தீவிர மழையால் ஏற்பட்ட வெள்ளத்தில் நூற்றுக்கணக்கானோர் இறந்தனர். இதற்குக் காரணம், நகரமயமாக்கல், கடல்வழிச்சாலை கட்டுமானம், கட்டுமானப் பணிகளுக்காக அலையாத்தி காடுகள் அழிக்கப்பட்டதுமே ஆகும். இதே ஆண்டில், அக்டோபர் மாதம் 'மேகவெடிப்பு' ஏற்பட்டு, இரண்டு மணி நேரத்தில் ஹைதராபாத் செகந்திராபாத் நகரங்களில் வெள்ளம் சூழ்ந்தது. மகாபலேஸ்வரில் இரண்டு நாட்களுக்குள் 500மி.மீ.க்கு மேல் மழை பெய்ததும் பருவநிலை மாற்றத்தின் விளைவாகும். அதிதீவிர எல் நினோ (சூடான நீரோட்டம்) மற்றும் லா நினோ (குளிர்ந்த நீரோட்டம்) நீரோட்டங்கள் இந்த நூற்றாண்டில் அதிகரிக்கும். 2021ஆம் ஆண்டின் தொடக்கத்தில் லா நினோவின் தாக்கம் காரணமாக பூமியின் வெப்ப நிலையில் சிறிது மாறுபாடு ஏற்பட்டது. லா நினா உலகளாவிய சராசரி வெப்பநிலையில்

பருவநிலை மாற்றம்

தற்காலிக குளிரூட்டும் விளைவைக் கொண்டுள்ளது. லா நினாவின் தாக்கம் 2021இல் வெப்பமண்டல பசிபிக் பகுதியில் உணரப்பட்டது. 2015இல் பெரும் மழையையும் வெள்ளப் பெருக்கையும் எதிர்கொண்ட சென்னை, 2016இல் உருவான புயலினால் மீண்டும் வெள்ளத்தைச் சந்தித்தது. முன்பு 10-12 நாட்களில் பெய்யும் மழை, இப்போது 2-3 நாட்களிலேயே 'கொட்டி'விடுகிறது. பருவநிலை மாற்றத்தின் தீவிரம் அதிகரிக்கும்போது, இந்த நூற்றாண்டின் இறுதியில் உருவாகும் புயல்களின் சராசரி வேகம் 10% வரை அதிகரிக்கலாம். வெப்ப அலைகள் மற்றும் வெள்ளம் போன்ற தீவிர வானிலை நிகழ்வுகளால், ஐரோப்பாவில் கடந்த 40 ஆண்டுகளில் மட்டும் *510 பில்லியன் யூரோ இழப்பும் சுமார் 1,42,000 உயிரிழப்பும்* ஏற்பட்டுள்ளது. உலகின் இரண்டாவது மிக நீளமான, வெப்பமான பாலைவனம் என அழைக்கப்படும் சஹாராவில், கடந்த சில வருடங்களாகப் பனிப்பொழிவு ஏற்பட்டு வருவதும் பருவநிலை மாற்றத்தால்தான்.

சஹாரா பாலைவனம் – கடும் பனிப்பொழிவு

இரா. மகேந்திரன், ஜெ. பழனிவேல்

24

பெர்மாஃப்ரோஸ்ட் என்றால் என்ன? இவை உருகுவதால் உண்டாகும் விளைவுகள் யாவை?

பெர்மாஃப்ரோஸ்ட் என்பது தொடர்ச்சியாக இரண்டு வருடங்கள்/அதற்கு மேல் வெப்பநிலை $0°C$க்கு கீழே உள்ள நிலப்பகுதியாகும். இந்த பெர்மாஃப்ரோஸ்ட்கள் 150 முதல் 6,000 ஆண்டுகள் பழமையானவை. உலகளவில், பெர்மாஃப்ரோஸ்ட் 23 மில்லியன் சதுர கிலோமீட்டர்களையும் சில இடங்களில் 1,000 மீட்டர் தடிமனையும் கொண்டுள்ளது. உலகளவில் 22% நிலப்பரப்பு பெர்மாஃப்ரோஸ்ட் தான். வடதுருவத்தின் நிலப்பரப்பு சுமார் 24% பனியால் மூடப்பட்டுள்ளது. இங்குள்ள பெர்மாஃப்ரோஸ்டில், சுமார் 1.5 டிரில்லியன் டன் கார்பன் இருப்பதாக விஞ்ஞானிகள் மதிப்பிட்டுள்ளனர். கடலுக்கடியிலும் பெர்மாஃப்ரோஸ்டைக் கண்டறிந்துள்ளனர். பெர்மாஃப்ரோஸ்ட்டின் பெரும்பகுதி ரஷ்யா, சைபீரியா, கனடா, ஆர்க்டிக், அண்டார்டிகா, அலாஸ்கா, கிரீன்லாந்தில் உள்ளது. குறிப்பாக, ஆர்க்டிக் பகுதியில் உள்ள பெர்மாஃப்ரோஸ்ட் 60 பில்லியன் டன் மீத்தேன் 560 பில்லியன் டன் கார்பன் டை ஆக்ஸைடைக்கொண்டுள்ளது. உலகளவில், 1700 பில்லியன் டன் கரிமப் பொருட்கள் நிரந்தரமாக பெர்மாஃப்ரோஸ்ட்டில் உறைந்துள்ளதாக அறிவியலாளர்கள் கணக்கிட்டுள்ளனர்.

தற்போது, பூமி வெப்பமடைதலினால், இந்த பெர்மாஃப்ரோஸ்ட்கள் உருகி வருகிறது. இந்த பெர்மாஃப்ரோஸ்ட்டிலிருந்து, 2040க்குள் 110–231 பில்லியன் டன், 2100க்குள் 850–1400 பில்லியன் டன் பசுங்குடில் வாயுக்கள் வளிமண்டலத்தில் உமிழப்படும் அபாயம் உள்ளது. இவ்வாறு, பெர்மாஃப்ரோஸ்ட்டிலிருந்து வெளிவரும் பசுங்குடில் வாயுக்கள் பூமி வெப்பமடைதலை அதிகரிக்கக்கூடும். இதனால், அந்தப் பகுதியில் வாழும் உயிரினங்களுக்கும் சுற்றுச்சூழல் அமைப்பிற்கும் பேராபத்தாகும்.

நிலப்பரப்பின் தன்மை, மக்கள் தொகை அதிகரிப்பு, தொழில்துறைக் கழிவுகள் என பெர்மாஃப்ரோஸ்ட் பல அபாயங்களை எதிர்கொள்கின்றன. சுமார் 1,80,000 மக்கள் வசிக்கும் வீடுகள் மற்றும் தொழிற்சாலைகள், ரஷ்யாவின் நோரில்ஸ்க்கில் உள்ள பெர்மாஃப்ரோஸ்டின் மேல் தான் கட்டப்பட்டுள்ளது. இதுதான் தற்போது ஆபத்தாக மாறத் தொடங்கி உள்ளது. 2017ஆம் ஆண்டில் மட்டும், நோரில்ஸ்க்கில் உள்ள தொழிற்சாலைகளிலிருந்து 1.8 மில்லியன் டன் பசுங்குடில் வாயுக்கள் உமிழப்பட்டன. மேலும், பெர்மாஃப்ரோஸ்ட்

உருகும்போது, மண்ணில் உள்ள பாக்டீரியாக்கள், வைரஸ்கள், மீத்தேன் மற்றும் கதிரியக்கப் பொருட்கள் வெளியேறி மனிதர்களையும் விலங்குகளையும் பாதிக்கும் அபாயம் உள்ளது. இந்த நுண்ணுயிரிகளின் பெரும்பகுதி நம் உடலிலுள்ள நுண்ணுயிர் எதிர்ப்பிகளை எதிர்க்கும் திறன் கொண்டதாக இருக்கலாம். சைபீரியாவின் ஆழமான பெர்மாஃப்ரோஸ்டில் உள்ள 100க்கும் மேற்பட்ட நுண்ணுயிரிகள் 'ஆண்டிபயாடிக்' எதிர்ப்பைக் கொண்டிருப்பதாகக் கண்டறியப்பட்டுள்ளது. சைபீரிய பெர்மாஃப்ரோஸ்டில் மட்டும் சுமார் 500 ஜிகாடன் பசுங்குடில் வாயுக்கள் 'சிக்கியிருப்பதாக' அறிவியலாளர்கள் கணக்கிட்டுள்ளனர். இந்த நிலையில்தான், 2020இல் ரஷ்ய ஆர்க்டிக் கடல் பகுதியில் பெரிய அளவில் கச்சா எண்ணெய் கலந்து விபத்து ஏற்பட்டது. 20,000 டன் கச்சா எண்ணெய் நதியில் கலந்து, பின்னர் கடலிலும் கலந்தது. இது, கடல்வாழ் உயிரினங்களைப் பெரிதும் பாதித்தது. கடந்த ஐந்து வருட ஆய்வின் படி, பருவநிலை மாற்றத்தால் ஆர்க்டிக், உலகின் மற்ற பகுதிகளைவிட இரண்டு மடங்கு அதிகமாக வெப்பமடைவதாக மதிப்பிட்டுள்ளது. இது பெர்மாஃப்ரோஸ்ட் உருகும் விகிதத்தைத் துரிதப்படுத்தும்.

25

பருவநிலை மாற்றத்தில் சிமெண்ட் உற்பத்தி, நகரமயமாக்கலின் பங்கு என்ன?

சிமெண்ட் தயாரிப்பின் போது 45 கிலோ சிமெண்டிற்கு சுமார் 0.9 கிலோ கார்பன் டை ஆக்சைடு வெளியேற்றப்படுகிறது. இது உலகளாவிய கார்பன் டை ஆக்சைடு வெளியேற்றத்தில் சுமார் 8% ஆகும். உலகளவில் முக்கிய கட்டுமானப் பொருளான போர்ட்லேண்ட் சிமெண்ட், ஆண்டுதோறும் சுமார் 3.5 பில்லியன் டன்கள் உற்பத்தி செய்யப்படுகிறது. ஆனால், ஒவ்வொரு டன்னுக்கும் சுமார் 622 கிலோ கார்பன் டை ஆக்சைடு வெளியேறுகிறது. 1824இல், போர்ட்லேண்ட் சிமெண்ட், ஜோசப் ஆஸ்ப்டின் என்பவரால் தயாரிக்கப்பட்டுக் காப்புரிமை பெறப்பட்டது. இதிலுள்ள கால்சியம் கார்பனேட் சிதைவடைந்து வளிமண்டலத்தில் ‘கார்பன் டை ஆக்சைடு’ உமிழப்படுகிறது. இதைத் தவிர்க்க, “கார்பன்– எதிர்மறை உற்பத்தி” முறை மூலம் தயாரிக்கப்படும் ‘கிரீன் சிமெண்டை’ நாம் பயன்படுத்தலாம். இது, டென்மார்க்கில் 1998ஆம் ஆண்டு தயாரிக்கப் பட்டது. இது கால்சியம் ஆக்சைடைப் பயன்படுத்தித் தயாரிக்கப்படும் போர்ட்லேண்ட் சிமெண்ட் போலல்லாமல், அலுமினோசிலிகேட்டைப் பயன்படுத்தித் தயாரிக்கப்படுகிறது.

நகரமயமாக்கல் காரணமாகப் புதிய கட்டடங்கள், உள்கட்டமைப்புக்கான தேவை அதிகரிப்பதால் சிமெண்ட் பயன்பாடு உயரும். உலகளவில், கட்டடங்கள் எண்ணிக்கை அடுத்த 40 ஆண்டுகளில் இரட்டிப்பாகலாம். இதனால், சிமெண்ட் உற்பத்தி 2030ஆம் ஆண்டுக்குள், சுமார் 5 பில்லியன் டன்னாக உயரும் வாய்ப்புள்ளது. இது 1990ஆம் ஆண்டில், நாம் உற்பத்தி செய்த

சிமெண்ட்டை விட நான்கு மடங்கு அதிகமாகும். உலகளவில், நகர்ப்புற மக்கள் தொகை, 1950இல் 74.6 கோடியாகவும் 2014இல் 390 கோடியாகவும் இருந்தது. தற்போது 440 கோடியாக இருக்கிறது. இதுவே, 2050ஆம் ஆண்டிற்குள், சுமார் 690 கோடியாக உயரும் எனக் கணிக்கப்பட்டுள்ளது.

சிமெண்ட் பயன்பாடு

2020இல் இந்தியாவின் நகர்ப்புற மக்கள் தொகை 481,980,332 (34.9%). இதுவே, 1960இல், மக்கள் தொகை 80,756,165 (17.9%) மட்டுமே இருந்தது. நகரத்தை நோக்கி 'படையெடுக்கும்' மக்கள், வாழப் போதுமான நிலம் இல்லாததால், அருகிலுள்ள காடுகள் மற்றும் விவசாய நிலங்களை அழிக்கின்றனர். நகரமயமாக்கலின் விளைவுகளாக நீர் மற்றும் காற்று மாசுபாடு, நோய்கள் பரவுதல் மற்றும் போக்குவரத்து நெரிசல் உள்ளன. 2050ஆம் ஆண்டில் கூடுதலாக 2.5 பில்லியன் மக்கள் நகரங்களுக்கு இடம்பெயர்வார்கள் எனவும் உலக மக்கள்தொகையில் 67% பேர் நகர்ப்புறங்களில் வசிப்பார்கள் என்றும் கணிக்கப்பட்டுள்ளது.

உலகின் நிலப் பகுதியில் சுமார் 2% மட்டுமே ஆக்கிரமித்துள்ள நகரங்கள், சுமார் 70% பசுங்குடில் வாயுக்களை வெளியிடுகின்றன. நகரங்களில் வசிப்பவர்கள், கிராமப்புறங்களில் வசிப்பவர்களை விட அதிக மின்னாற்றலைப் பயன்படுத்துகின்றனர். மரங்கள் குறைவாக இருப்பதால், ஆக்ஸிஜன், மழைப்பொழிவு குறைந்து,

இரா. மகேந்திரன், ஜெ. பழனிவேல்

காற்றில் கார்பன் டை ஆக்சைடு செறிவு அதிகரிக்கிறது. நகர்ப்பகுதிகளில் ஈரப்பதம் அதிகம் உள்ளது. இந்த 'நீராவி' புவி வெப்பமடைதலை அதிகரிக்கிறது. மோசமான திட்டமிடல் மற்றும் உள்கட்டமைப்பின் விளைவாக நகரங்களால் மிகப்பெரிய 'கார்பன் தடம்' உருவாக்கப்படுகிறது. பெரும்பாலான நகரங்கள் நீர்நிலைகளுக்கு அருகில் அமைந்துள்ளதால், கடல் மட்டம் உயர்வு மற்றும் புயல்களால் பாதிக்கப்படும் ஆபத்தில் உள்ளன.

சீனாவுக்கு அடுத்தபடியாக, உலகில் அதிகளவு சிமெண்ட் உற்பத்தி செய்யும் நாடாக இந்தியா உள்ளது. இது 2020–30க்குள் இருமடங்காக உயரும் என கணிக்கப்பட்டுள்ளது. அடுத்த 20 ஆண்டுகளில் 250 மில்லியனுக்கும் அதிகமான மக்கள் நகர்ப்புறங்களுக்கு இடம்பெயரக்கூடும். சிமெண்டின் கார்பன் தடயத்தைக் குறைக்க கார்பன் பிடிப்புத் தொழில்நுட்பம், கட்டட வடிவமைப்பு மற்றும் கட்டுமானத்தில் செய்யப்படும் மாற்றங்கள், கிரீன் சிமெண்ட், சிமெண்ட் உற்பத்தியின் போது பயன்படுத்தப்படும் 'டிகார்பனைசேஷன்' போன்றவை பெருமளவு கார்பன் தடத்தைக் குறைக்கின்றன.

இந்த சாட்டிலைட் படம், 2012ஆம் ஆண்டு தமிழ்நாடு எப்படியிருந்தது என்பதையும், 2022ஆம் ஆண்டு தமிழ்நாடு எப்படியிருந்தது என்பதையும் காட்டுகிறது. இந்த வரைபடத்தில், கடந்த 10 ஆண்டுகளில் கோவை, திருப்பூர், ஈரோடு, சேலம் ஆகிய கொங்கு மண்டலம் இரவு நேரத்தில் வெள்ளை நிறமாக ஒளிர்வது, இந்தப் பகுதியில் தொழிற்சாலைகளும் வீடுகளும் பெருகியுள்ளதையே காட்டுகிறது. இதுவே 2012ஆம் ஆண்டில் குறைவாக உள்ளது.

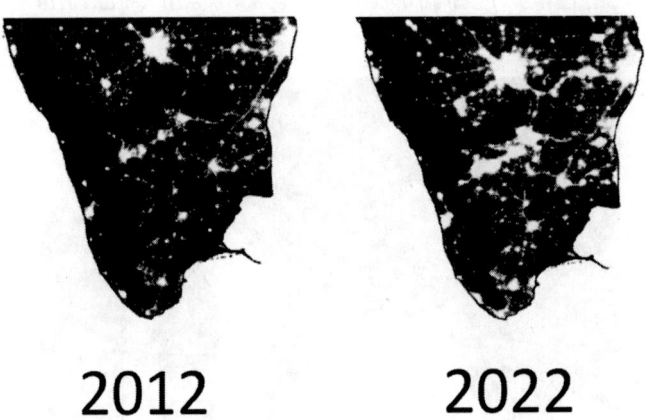

2012   2022

26

நெகிழி (பிளாஸ்டிக்) மாசுபாடு பருவநிலை மாற்றத்தை எவ்வாறு பாதிக்கிறது?

நெகிழிகள் சிதைவடையும்போது பசுங்குடில் வாயுக்களை வெளியிடுகின்றன. 2019இல், நெகிழிப் பொருட்களின் உற்பத்தி மற்றும் சிதைவடைவால் சுமார் 850 மில்லியன் டன் பசுங்குடில் வாயுக்கள் வெளியேறியது. இது 2050க்குள் 2.8 பில்லியன் டன்னாக உயரக்கூடும். 2015ஆம் ஆண்டில் மட்டும், 'பாலித்தீன்' சிதைவால் வெளியேற்றப்பட்ட கார்பன் டை ஆக்சைடின் உமிழ்வு 213 மில்லியன் மெட்ரிக் டன் ஆகும். உலகளவில், 2020ஆம் ஆண்டில் மட்டும், நெகிழி உற்பத்தி மற்றும் எரிப்பால் 850 மில்லியன் டன்கள் பசுமை குடில் வாயுக்கள் வளிமண்டலத்தில் வெளியிடப்பட்டது. நெகிழி உற்பத்தி மற்றும் எரிப்பால், பசுங்குடில் வாயுக்களின் உமிழ்வு 2030க்குள் 49 மில்லியன் மெட்ரிக் டன்னாகவும் 2050க்குள் 91 மில்லியன் மெட்ரிக் டன்னாகவும் அதிகரிக்கும் அபாயம் உள்ளது.

இரா. மகேந்திரன், ஜெ. பழனிவேல்

நெகிழி மாசுபாடு பருவநிலை மாற்றத்தையும் துரிதப்படுத்து கிறது. நெகிழியின் சிதைவு அதிகளவு மீத்தேன், எத்திலினை உமிழ்ந்து, பருவநிலை மாற்ற வேகத்தை அதிகரிக்கிறது. நெகிழியின் உற்பத்தி அதன் சிதைவு தற்போதைய நிலையில் தொடர்ந்தால், 2030இல், நெகிழியிலிருந்து வெளியேறும் பசுங்குடில் வாயுக்களின் அளவு ஆண்டுக்கு 1.34 பில்லியன் டன்கள்வரை உயரக்கூடும். கடந்த ஆண்டுகளில், எண்ணெய் சுத்திகரிப்பு, குழாய்கள் அமைப்பதற்காக, காடுகளை அழித்ததின் விளைவாக வளிமண்டலத்தில் 1.6 பில்லியன் மெட்ரிக் டன் கார்பன் டை ஆக்சைடு வெளியிடப்பட்டது. நெகிழியின் உற்பத்தி மற்றும் மறுசுழற்சி முறைகளால் ஒவ்வொரு ஆண்டும் 184 முதல் 213 மில்லியன் மெட்ரிக் டன் வரை பசுங்குடில் வாயுக்கள் வெளியிடப்பட்டு வருகிறது. 'ஒருமுறை' உபயோகிக்கும் நெகிழியின் சிதைவதால் மட்டும், மீத்தேன் வெளியேற்றம் 15%க்கும் அதிகமாக உள்ளது.

27

ஏரோசோல்கள் என்றால் என்ன? பருவநிலை மாற்றத்தை இவை எவ்வாறு பாதிக்கின்றன?

புகை மூடுபனியில் உள்ள திட/திரவத்துகள்களின் கலவை ஏரோசோல்கள். பாலைவன தூசி, நீராவி, கரிம சேர்மங்கள், காட்டுத் தீயிலிருந்து வரும் புகை எரிமலை சாம்பல் ஆகியவையே ஏரோசோல்களின் இயற்கை மூலங்கள். ஏரோசோல்கள் பருவநிலை மாற்றத்தில் பெரும் தாக்கத்தை ஏற்படுத்துகின்றன. பசுங்குடில் வாயுக்களைப் போலவே, ஏரோசோல்களும் பூமியின் மீது படும் 'சூரியனின் கதிர்வீச்சு/ஆற்றல்' சமநிலையைப் பாதிக்கின்றன. வளிமண்டலத்தால் உறிஞ்சப்படும் வெப்பத்தின் அளவு விண்வெளியில் சிதறடிக்கப்படும் கதிர்வீச்சின் அளவை ஏரோசோல்கள் கட்டுப்படுத்துகிறது. காற்று மாசுபாடு காரணமாக, இந்திய மக்களின் சராசரி ஆயுட்காலம் 1.7 ஆண்டுகள் குறைந்துள்ளது. இந்தியாவில் 8 இறப்புகளில் ஒரு இறப்பு காற்று மாசுபாட்டோடு தொடர்புடையது என தி லான்செட் பிளானட்டரி ஹெல்த் மையத்தின் ஆய்வுகள் தெரிவிக்கின்றன. 2017ஆம் ஆண்டில் மட்டும் 12.4 லட்சம் பேர் காற்று மாசுபாட்டின் காரணமாக இறந்துள்ளனர்.

ஏரோசோல்களின் தாக்கங்கள்

இரா. மகேந்திரன், ஜெ. பழனிவேல்

28

மின், மின்னணுக் கழிவுகள் எவ்வாறு பூமி வெப்பமடைதலை அதிகரிக்கின்றன?

தொழிற்சாலைகள், வீடுகள் நிறுவனங்களில் எலெக்ட்ரானிக் சாதனங்கள் குவிந்து கிடக்கின்றன. இவைகள் 'சரிசெய்ய முடியாதபடி' பழுதாகும்போது, தூக்கியெறியப்படும் பழைய மின்னணுக் கருவிகள்தான் 'மின்னணுக் கருவிக் குப்பைகள்'. மொபைல் போன்கள், குளிர்சாதனப் பெட்டிகள், கணினி, மடிக்கணினி, தொலைக்காட்சிப் பெட்டிகள், பிரிண்டர், மிக்ஸி, வாஷிங் மெஷின், குளிரூட்டி, ஜெராக்ஸ் இயந்திரம், ஆடியோ, வீடியோ கருவிகள், மின்னணு விளையாட்டுச் சாதனங்களும் இந்தக் கழிவுப் பொருள்களில் அடக்கம். இந்தியாவில் பெங்களூரு, மும்பை, டெல்லி, சென்னை, பூனா, கொல்கத்தா, சூரத், நாக்பூர், அகமதாபாத் ஆகிய நகரங்கள்தான் அதிக அளவு மின்னணுக் கருவிக் குப்பைகளை உருவாக்குவதாக மத்திய அரசின் சுற்றுச்சூழல் ஆய்வறிக்கை தெரிவிக்கிறது. பெங்களூருவில் மட்டும் ஒவ்வொரு ஆண்டும் 20 ஆயிரம் டன்களுக்கும் அதிகமான மின்னணுக் கழிவுகள் சேர்ந்துவருகிறது.

மின்னணு குப்பைகள்

சென்னையில் ஒவ்வொரு நாளும் சேரும் மின்னணுக் குப்பைகளில் 60%க்கும் அதிகமானவை பயன்படுத்தப்பட்ட கணினிகள் ஆகும். இந்தியாவில் குப்பைகளுக்குச் செல்லும் பழைய கணினிகளின் எண்ணிக்கை 2020ஆம் ஆண்டில் 500% ஆக அதிகரித்துள்ளது.

உலக அளவில் உற்பத்தியாகும் மின்னணுக் கழிவுகளில் 20 சதவீதத்துக்கும் குறைவான கழிவுகளே மறுசுழற்சி செய்யப்படுகிறது. 2021ஆம் ஆண்டில் மட்டும், உருவான மின்னணுக் கழிவுகளின் எடை சுமார் 5.7 கோடி டன். உலக மின்னணுக் கழிவுப் பொருள்களின் மதிப்பு 62.5 பில்லியன் அமெரிக்க டாலர்கள் இருக்கும் என்கிறது வேர்ல்டு எக்கனாமிக் ஃபோரம். எலக்ட்ரானிக் கழிவுகள் (இ–கழிவுகள்) என்று கூறப்படும் இந்த மின்னணு கழிவு உற்பத்தி ஒவ்வொரு ஆண்டும் 2 மில்லியன் டன் என்ற விகிதத்தில் அதிகரித்து வருகிறது. அதிக மின்னணுக் கழிவுகளை உருவாக்கும் நாடுகளில், அமெரிக்கா முதலிடத்திலும், இந்தியா ஐந்தாம் இடத்திலும் உள்ளது. உலக அளவில், ஆண்டுதோறும் 4–6 கோடி டன் வரையில் மின்னணுக் கழிவுகள் உருவாக்கப்படுகின்றன. ஆண்டுதோறும், இந்தியாவில் உருவாகும் மின்னணுக் கழிவுகளின் அளவு 17 லட்சம் டன்கள். இதுவே, 2012ஆம் ஆண்டில் 8 லட்சம் டன்னாக மட்டுமே இருந்தது. சர்வதேச அளவில், 2020ஆம் ஆண்டு மின்னணுக் கழிவு மேலாண்மை சந்தையின் மதிப்பு 504 கோடி டாலராக இருந்தது. 2014ஆம் ஆண்டில், இது 166 கோடி டாலராக மட்டுமே இருந்தது. மின்னணுக் கழிவுகளில் பெரும்பான்மையாக இருப்பது கணினிகள் மொபைல் போன்களே. மின்னணுக் கழிவுகளால் நிலமும் நீர் வளமும் பெரிதும் பாதிக்கப் படுகிறது. மொபைல் போன்களில் 30 வகையான அபாயகரமான தனிமங்கள் உள்ளது குறிப்பிடத்தக்கதாகும்.

மின்னணுக் கழிவுகளைப் பற்றி 2000ஆம் ஆண்டுக்கு முன்பு வரை உலக நாடுகள் பெரிய அளவில் கண்டுகொள்ள வில்லை. பூமி வெப்பமடைதல் பிரச்சினை தீவிரமடைந்த பிறகே மின்னணுக் குப்பைகள் பிரச்சினையும் ‘விஸ்வரூபம்’ எடுக்கத் தொடங்கியது. மின்னணுக் குப்பையில் உள்ள ஈயம், பாதரசம், தங்கம் முதலிய உலோகங்களைப் பிரித்தெடுக்க அமிலங்களைப் பயன்படுத்திக் கரைக்கின்றனர் அல்லது நெருப்பிலிட்டு உருக்குகின்றனர். இதனால், வெளியேறும் நச்சு வாயுக்கள் மற்றும் கழிவுகள், நிலம், காற்று, நீர்நிலைகளைப் பெரிதும் பாதிக்கின்றன. இவை, மனிதர்களுக்கும் சுவாசப்பாதை, தோல், வாய், செரிமான உறுப்புகளில் பிரச்சினைகளும், நோய்களும் ஏற்படுத்தக்கூடும். உதாரணமாக, மின்னணுவில் உள்ள பாதரசம், நமது நரம்புமண்டலம், நுரையீரல், மூளை, கருவில் வளரும்

குழந்தையையும் பாதிக்கக்கூடும். கணினிப் பாகங்களில் காரீயம், காட்மியம் போன்ற நச்சுத் தன்மை வாய்ந்த கன உலோகங்கள் உள்ளன. ஒரு கணினியில் 20-40% மட்டுமே நெகிழி உள்ளது. இந்த நச்சுப் பொருட்கள் எல்லாம் தவறான முறையில் மறுசுழற்சி செய்யப்படும் போது புற்றுநோய், அலர்ஜி, சுவாசக் கோளாறுகள், நாளமில்லா சுரப்பிகளில் பாதிப்பு, தோல் நோய்கள், சிறுநீரகம், கண் நோய் போன்ற பாதிப்புகள் ஏற்படும்.

29

பசுங்குடில் வாயுக்களின் உமிழ்வில் கால்நடைகளின் தாக்கங்கள் என்ன?

நாம் இறைச்சிக்காக அதிக அளவில் கால்நடைகளை வளர்த்து வருகிறோம். இவற்றில் பெரும்பாலானவை பசுங்குடில் வாயுக்களை வெளியிட்டுப் பருவநிலை மாற்றத்தை அதிகரித்து வருவது நம்மில் பெரும்பாலானோர் அறியாததாகும். உலகளவில், உணவுக்காக மட்டும், ஒவ்வொரு ஆண்டும் 70 பில்லியனுக்கும் அதிகமான நிலத்தில் வாழும் விலங்குகளும் 85 பில்லியன் மீன்கள், பிற கடல்வாழ் உயிரினங்களும் கொல்லப்படுகின்றன. அதாவது, ஒரு வினாடிக்கு நாம் 2695 நீர் மற்றும் நில வாழ் உயிரினங்களைக் கொன்று வருகிறோம். ஆண்டுக்கு 58 பில்லியன் கோழிகள், 1.4 பில்லியன் பன்றிகள், 517 மில்லியன் ஆடுகள் இறைச்சிக்காக மனிதர்களால் கொல்லப்பட்டு வருகின்றன. பசுவின் சிறுநீரில் இருந்து வெளிப்படும் நைட்ரஸ் ஆக்சைடு

பசுமைக் குடில் வாயுக்களை வெளியிடும் விலங்குகள்

இரா. மகேந்திரன், ஜெ. பழனிவேல்

($N2O$) வாயு கார்பன் டை ஆக்சைடை விட 300 மடங்கு அதிகமாகப் பசுங்குடில் விளைவை அதிகரிக்கும் ஆற்றல் கொண்டது. கால்நடைகள் (பசுக்கள், ஆடுகள், செம்மறி ஆடுகள், ஒட்டகச்சிவிங்கிகள்) வருடத்திற்கு 50–100 மில்லியன் மெட்ரிக் டன் மீத்தேன் வாயுவை வெளியிடுகின்றன. இரசாயன உரங்கள் காற்றில் 87.2% நைட்ரஸ் ஆக்சைடை வெளியிடுகின்றன. இந்த வாயு 12 ஆண்டுகளுக்கும் மேலாக வளிமண்டலத்தில் சிதையாமல், பசுங்குடில் விளைவை மென்மேலும் அதிகரித்து வருகிறது.

உலகில் உள்ள கால்நடைகள், ஆண்டுக்கு சுமார் 7.1 ஜிகா டன் பசுங்குடில் வாயுக்களை வெளியிடுகின்றன. அசைபோடும் விலங்குகள் தாவரங்களை ஜீரணிக்கும்போது மீத்தேனை வெளியிடுகின்றன. இந்தச் செயல்முறை 'என்டெரிக் நொதித்தல்' என அழைக்கப்படுகிறது. 2050க்குள் மாட்டிறைச்சி பிற இறைச்சிகளுக்கான உலகளாவிய தேவை 88% அதிகரிக்கலாம். இது காடுகள், பல்லுயிர், பருவநிலை மாற்றத்தில் பெரும் தாக்கத்தை ஏற்படுத்தும். கழிவு நீர் சுத்திகரிப்பு, வடிகால் போன்றவையும் மீத்தேன் வெளியேற்றத்திற்குக் காரணமாகும். இதனால் வெளியேறும் மீத்தேன் வளிமண்டலத்தில் 12 ஆண்டுகள் வரை உயிர்ப்புடன் இருக்கும்.

30

விவசாய நடவடிக்கைகள் பசுங்குடில் விளைவை எவ்வாறு அதிகரிக்கின்றன?

செயற்கை உரங்கள் பூச்சிக்கொல்லிகள், விவசாய எச்சங்களை எரிப்பதன் மூலம் பசுங்குடில் வாயுக்கள் பெருமளவு வளிமண்டலத்தில் வெளியேறுகின்றன. கால்நடைகள் மேய்ச்சலுக்காகக் காடுகள் அழிக்கப் படுவதும் மக்கள்தொகை வளர்ச்சியால் இறைச்சி பால் நுகர்வு அதிகமாவதும் முக்கியக் காரணங்களாகும். தாவரங்களின் ஒளிச்சேர்க்கைக்குக் கார்பன் டை ஆக்சைடு தேவைப்பட்டாலும், வளிமண்டலத்தில் அதிக அளவு கார்பன் டை ஆக்சைடு இருப்பது தாவரங்களின் வளர்ச்சிக்கு உகந்ததல்ல. அதிக கார்பன் டை ஆக்சைடு குறைந்த மகசூலைத் தருவதாக ஆராய்ச்சியாளர்கள் கண்டறிந்துள்ளனர். மீன்வளர்ப்பும் அதிக அளவு மீத்தேன் மற்றும் கார்பன் டை ஆக்சைடை வளிமண்டலத்தில் வெளியிடுகிறது.

பருவநிலை மாற்றத்தால், விளை நிலத்தில் தென் அமெரிக்கா 21%, ஆப்பிரிக்கா 18%, ஐரோப்பா 17%, இந்தியா 30% வரை எதிர்காலத்தில் இழக்க நேரிடும். பூமி வெப்பமடைவதால், மழைப்பொழிவுகள், தீவிர வானிலை தொடர்பான பேரழிவுகள் (வறட்சி, வெள்ளம், ஆலங்கட்டி மழை) அதிகரித்து வருவதால் பயிர்களின் விளைச்சல் மற்றும் தரம் பெரிதும் பாதிக்கப்பட்டுள்ளன. அதி வெப்பநிலையில் களை மற்றும் தீங்கு விளைவிக்கும் பூச்சிகளின் பெருக்கம் அதிகரித்து விளைச்சல் குறைகிறது. சமீபத்திய ஆய்வில், பசுங்குடில் வாயுக்களால் கோதுமை, பார்லி, உருளைக்கிழங்கு, அரிசியில் உள்ள புரதம் மற்றும் கனிம ஊட்டச்சத்து செறிவு குறைந்து வருவது தெரியவந்தது. உதாரணமாக, 546–586 பிபிஎம் கார்பன் டை ஆக்சைடு சூழலில் வளர்க்கப்படும் கோதுமை, 12.7% குறைவான புரதமும், 6.5% குறைவான துத்தநாகத்தையும் 7.5% குறைவான இரும்பையும் கொண்டிருந்தது.

இரா. மகேந்திரன், ஜெ. பழனிவேல்

பகுதி IV
பருவநிலை மாற்றத்தின் தாக்கங்கள்

31

உலகளவில் பனிப்பாறைகள் உருகுவதால் உண்டாகும் விளைவுகள் யாவை?

புவி வெப்பமடைவதால், நாம் ஒவ்வொரு ஆண்டும் 1,200,000,000,000 டன் பனிப்பாறையை இழந்து வருகிறோம். குறிப்பாக, 1994–2017க்கு இடையில் பூமி 28,000,000,000,000 டன் பனிப்பாறையை இழந்துள்ளது. ஓராண்டில், பனிப்பொழிவும் பனியில் இருந்து உருகிய நீரும் சம அளவில் இருந்தால், ஒரு பனிப்பிரதேசம் சமநிலையில் இருக்கும். ஆனால், பனிப்பொழிவு குறைந்து, வெப்பநிலை உயர்வது, பனி உருகுவதைத் துரிதப்படுத்தும். பூமியில் உள்ள நன்னீர் பனிப்பாறைகளில் பெரும்பாலானவை கிரீன்லாந்து, அண்டார்டிகாவில் உள்ளன. எனவே இவை உருகும்போது, உலகில் உள்ள நன்னீரில் சுமார் 69% கடலில் கலந்து பயனற்றதாகிறது. கடல் நீரோட்டங்களிலும் கடலின் சுற்றுச்சூழலிலும் இது பெரும் மாற்றத்தை ஏற்படுத்துகிறது. அண்டார்டிகாவின் மேற்பரப்பு சுமார் 4.8 கி.மீ. தடிமன் வரை பனியால் மூடப்பட்டுள்ளது. இதுவரை, பூமியில் பதிவு செய்யப்பட்ட மிகக்குறைந்த வெப்பநிலையான –89.2°C, இங்கு தான் பதிவு செய்யப்பட்டது. ஆனால், அண்டார்டிகா ஆண்டுக்கு சுமார் 160 பில்லியன் டன் பனியை இழந்து வருகிறது. இப்போது பனி உருகும் விகிதம், நான்கு ஆண்டுகளுக்கு முன்பு இருந்ததை விட இரண்டு மடங்கு அதிகமாக உள்ளது. உலகளவில் ஆண்டுக்கு சராசரியாக 3.2 மி.மீ. என்றளவில் கடல் நீர் மட்டம் உயர்ந்துகொண்டு வருகிறது. 2100ஆம் ஆண்டில் 0.2முதல் 2 மீட்டர்வரை உயரலாம் என்றும் கணிக்கப்பட்டுள்ளது. இதனால், உலகில் உள்ள கடலோர நகரங்களும் கடலில் மூழ்கும்

அபாயம் உள்ளது. உலகளவில், சுமார் 480 மில்லியன் மக்கள், இந்த நூற்றாண்டின் இறுதியில் வெள்ளத்தில் மூழ்கக்கூடிய கடலோரப் பகுதிகளில் வாழ்கின்றனர். அவர்கள் பாதுகாப்பான பகுதிகளுக்கு இடம்பெயர வேண்டிய கட்டாயத்தில் உள்ளனர்.

ஆர்க்டிக் பனிப்படலம் உருகுவதால், கண்டறியப்படாத வைரஸ்கள் ஆன்டிபயாடிக் மாத்திரைகளால் அழிக்க முடியாத பாக்டீரியாக்கள் பரவலாம் என ஆய்வாளர்கள் எச்சரிக்கின்றனர். ஆர்க்டிக்கில் உள்ள பெர்மாஃப்ரோஸ்டில் பெருமளவு பாதரசம் (அபாயகரமான தனிமம்) உள்ளதாகவும் கண்டறியப்பட்டுள்ளது. மாலத்தீவில் உள்ள 1,000க்கும் மேற்பட்ட தீவுகளில், 80% தீவுகள் கடல் மட்டத்திலிருந்து 1 மீட்டருக்கும் குறைவாகவே உள்ளன. இதனால், மாலத்தீவில் உள்ள பெரும்பாலான தீவுகள் நீரில் மூழ்கும் அபாயத்தில் உள்ளன. 2050ஆம் ஆண்டு வாக்கில், வங்கதேசத்தில் 17% நிலப்பகுதி நீரில் மூழ்கி, 2 கோடி மக்கள் இடம் பெயரும் சூழ்நிலை ஏற்படலாம். பருவநிலை மாற்றத்தால் கடல் மட்டம் உயர்ந்து வருவதால், இந்தோனேசியா தனது தலைநகரை ஜகார்த்தாவிலிருந்து போர்னியோ தீவிலுள்ள நகரத்திற்கு மாற்றவுள்ளது. பாலைவனக் கண்டமான ஆஸ்திரேலியாவில், பல புதிய நீர் நிலைகள் உருவாகும். பூமி சுழலும் வேகம் சிறிது குறைந்து, ஒரு நாள் என்பது 24 மணி 2 மில்லி விநாடிகள் என உயரும்.

2017ஆம் ஆண்டு, முதன்முதலில் A68a என்ற பனிப்பாறை அன்டார்டிகாவில் இருந்து உடைந்த போது சுமார் 6,000 சதுர கிலோமீட்டர் பரப்பளவு கொண்டதாக இருந்தது. டிசம்பர் 2020இல் ஜார்ஜியாவுக்கு அருகிலுள்ள தெற்கு அட்லாண்டிக்கில்

இந்த A68a பனிப்பாறை முழுவதும் கரைந்தது. 2017இல் உடைந்த இந்தப் பனிப்பாறை சுமார் ஆயிரம் மைல்களுக்கு நகர்ந்து பின்பு கடலில் கரைந்தது. இவை உருகியபோது, தெற்கு ஜார்ஜியாவுக்கு அருகில் மட்டும் சுமார் 150 பில்லியன் டன்கள் நன்னீர் கடலில் கலந்து வீணானது. 2021இல், உத்தரகாண்ட் மாநிலத்தின் சிவாலிக் மலையிலுள்ள 7 பனிப்பாறைகள் உருகியதால், தௌலி கங்கா மற்றும் அலக்நந்தா ஆறுகளில் திடீர் வெள்ளப்பெருக்கு ஏற்பட்டு, பெரும் பொருட்சேதம் ஏற்பட்டது. எவரெஸ்ட் சிகரத்திலுள்ள பனிப்பாறைகள் உருவாக 2,000 ஆண்டுகள் ஆனது. ஆனால், கடந்த 25 ஆண்டுகளாக மிக வேகமாக உருகி வருகிறது. அதாவது, உருவானதைவிட 80 மடங்கு அதிகமான வேகத்தில் உருகி வருகிறது. கடந்த 25 ஆண்டுகளில் மட்டும் கிட்டத்தட்ட 150 பனிப்பாறைகள் உருகியுள்ளது. இமயமலை தொடரின், இந்தப் பகுதியில் மட்டும் சுமார் 1,000 பனிப்பாறைகள் உள்ளதாகக் கண்டறியப்பட்டுள்ளது.

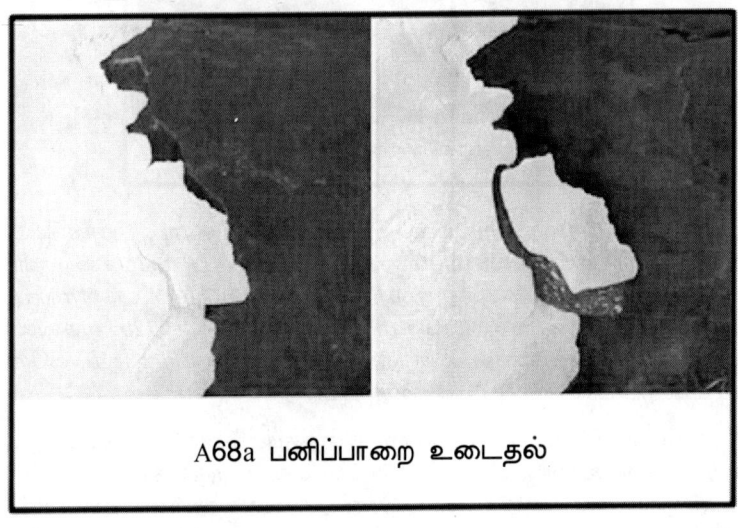

A68a பனிப்பாறை உடைதல்

ஆர்க்டிக்கில் உள்ள பனிப் பாறைகளின் பரப்பளவு, 1979-2019 ஆண்டுகளுக்கு இடைப்பட்ட காலத்தில் 50% குறைந்ததற்குப் புவி வெப்பமயமாதலே காரணம். 1961-1997 இடையில் உலகில் உள்ள பனிப்பாறைகள் 890 கன மைல் பனியை இழந்தன. நாசா தரவின் படி, கிரீன்லாந்து 1993-2019 இடையில், சுமார் 279 பில்லியன் டன் பனிப்பாறையை இழந்துள்ளது. 2000 மற்றும் 2019க்கு இடையில் உலகெங்கிலும் உள்ள பனிப்பாறைகள் மொத்தமாக ஒவ்வொரு ஆண்டும் சுமார் 267 பில்லியன் டன் பனியை இழந்து வருவதாக நேச்சர்

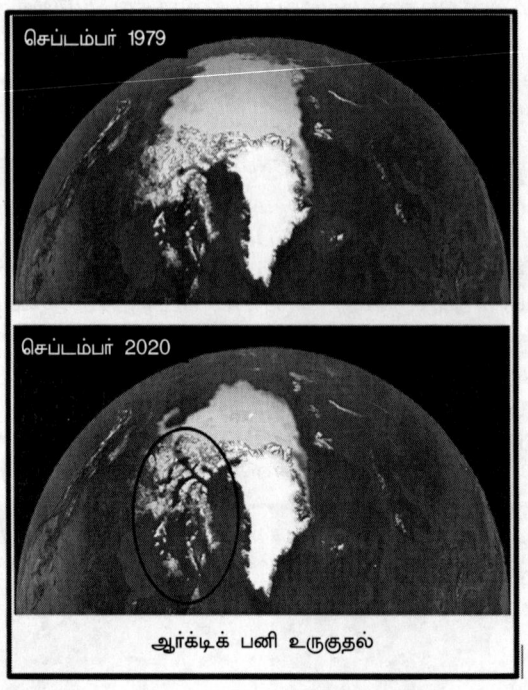

ஆர்க்டிக் பனி உருகுதல்

ஆய்வு காட்டுகிறது. ஆல்ப்ஸ், இமயமலை, ஆண்டிஸ், ராக்கீஸ், அலாஸ்கா என உலகம் முழுவதும் உள்ள பனிப்பாறைகள் உருகி வருகின்றன. கடந்த நூற்றாண்டில் மட்டும், உலகளாவிய கடல் மட்டம் சுமார் 20 செ.மீ. உயர்ந்துள்ளது. 2020, ஜூலை மாதத்தில், கிரீன்லாந்திலிருந்த ஒரு பனிப்பாறை உருகி, ஒரே நாளில் 8.5 பில்லியன் டன் நீரை இழந்தது.

கடல் நீர் மட்டம் உயர்வு நிலத்தடி நீரைப் பாதிக்கிறது. ஏற்கனவே, உலகிலுள்ள 30% நீர்ப்பாசனப் பகுதிகள் உப்பு நீர் ஊடுருவலால் பாதிக்கப்பட்டுள்ளது. உலகிலுள்ள நன்னீரில் 70%க்கு மேல் விவசாயத்திற்குப் பயன்படுத்தப்படுகிறது. கடல் நீர் மட்டம் உயர்வதால், உப்பு நீர் நிலத்தில் ஊடுருவி பயிர்களின் வளர்ச்சியைத் தடுக்கிறது. இதன் விளைவாக, 2050இல் அரிசி விளைச்சல் 15% குறையலாம். கிரீன்லாந்து பனிப்பாறைகள் முற்றிலும் உருகினால், லண்டன், பாங்காக், ஹூஸ்டன், குவாங்சோ, மியாமி, நியூயார்க், நியூ ஆர்லியன்ஸ், பம்பாய், ஷாங்காய் நகரங்களின் பெரும்பகுதி கடலில் மூழ்கும் அபாயமும் உள்ளது. கடல் மட்டம் 3 அடி உயர்ந்தால், வங்காளதேசத்தில் சுமார் 15 மில்லியன் மக்கள் இடம்பெயரும் அவலம் உள்ளது.

நேச்சர் கம்யூனிகேஷன்ஸில் வெளியிடப்பட்ட ஆய்வில், தற்போது 200 மில்லியனுக்கும் அதிகமான மக்கள் வசிக்கும் கடலோரப் பகுதிகள், 2100க்குள் கடல் மட்டத்திற்குக் கீழே இருக்கக்கூடும் எனத் தெரிவிக்கிறது.

கடல் நீர் மட்டம், தற்போதைய விகிதத்தில் தொடர்ந்து அதிகரித்தால், சீனாவில் சுமார் 43 மில்லியன் மக்களும் வங்காளதேசத்தில் 32 மில்லியன் மக்களும் இந்தியாவில் 27 மில்லியன் மக்களும் இடம்பெயர நேரிடும். வியட்நாம், இந்தோனேசியா, தாய்லாந்து, ஜப்பான் மற்றும் பிலிப்பைன்ஸ் மக்களும் உயரும் கடல் மட்டத்தால் தங்கள் வாழ்வாதாரங்களை இழக்க நேரிடும். 240 மில்லியனுக்கும் அதிகமான மக்கள், இந்து–குஷ் (இமயமலை) பகுதியில் உள்ள பனிப்பாறைகளையே 'நீர் ஆதாரமாக' கொண்டுள்ளனர். இந்தப் பனிப்பாறைகள், 2100க்குள் மூன்றில் இரண்டு பங்கு உருகிவிடும் என்று கணிக்கப்படுவதால், அந்தப் பகுதியிலுள்ள மக்களின் வாழ்வாதாரம் பெரிதும் பாதிக்கப்பட்டுள்ளது. துருவப் பகுதிகளை அடுத்து அதிகமான பனிப்படலம் இருப்பது இமயமலையில்தான். இங்கு, சுமார் 6 இலட்சம் சதுர கிலோமீட்டர் அளவிற்குப் பனி பரவிக்கிடக்கிறது. ஆசிய கண்டத்தின் முக்கியமான 9 நதிகள் இங்குதான் தோன்றுகின்றன. சமீபத்தில், இங்குள்ள பனிக்கட்டியை ஆய்வு செய்தபோது 33 புதிய வைரஸ்களை ஆய்வாளர்கள் கண்டறிந்தனர். மேலும், ஆர்க்டிக்கில், பனி உருகியபோது கண்டறியப்பட்ட நுண்ணுயிரிகள் ஆந்த்ராக்ஸ் மற்றும் மெத்தனோஜெனிக் ஆர்கியா ஆகும். 2016ஆம் ஆண்டில் ரஷ்யாவின் வடக்கு சைபீரியாவில், இந்த ஆந்த்ராக்ஸ் பரவியதில் ஒரு குழந்தை இறந்தது. இது 70 ஆண்டுகளுக்கு முன் ஆந்த்ராக்ஸ் பாதிக்கப்பட்டு இறந்த மான்களின் சடலங்களிலிருந்து வெளியேறியதாகப் பின்னர் கண்டறியப்பட்டது. எனவே, பனிப்பாறைகள் உருகுவதால் அபாயகரமான புதிய வைரஸ்கள் வெளியேறும் அபாயமும் உள்ளது.

32

கிரீன்லாந்து பனிப்பாறைகள் வேகமாக உருகிவருவதால் உண்டாகும் பாதிப்புகள் என்ன?

நேச்சர் இதழில் வெளியான ஆய்வறிக்கையின்படி, 2001 முதல் 2011 வரையிலான காலகட்டம், 20ஆம் நூற்றாண்டைவிட அதி வெப்பமாக இருந்தன. பொதுவாக, ஒரு பனிப்பாறை என்பது 50,000 சதுர கிலோமீட்டருக்கும் அதிகமான பரப்பளவைக் கொண்டிருக்கும். இந்தப் பனிப்பாறைகள் 99% நன்னீரால் ஆனது. இன்று, உலகில் மிகப்பெரிய இரண்டு பனிப்பாறைகள் மட்டுமே உள்ளன. அவை அண்டார்டிக் மற்றும் கிரீன்லாந்து பனிப்பாறைகளாகும். இந்தப் பனிப்பாறைகள், 2002 முதல் அதிவேகமாக உருகி வருகின்றன. கடந்த 30 ஆண்டுகளில் கிரீன்லாந்தில் அதிக அளவில் பனி உருகியதால் உலக அளவில் கடல்மட்டம் கணிசமாக உயர்ந்துள்ளது. கடல் மட்ட உயர்வின் ஆண்டு சராசரியில் இது 40 சதவீதமாக உள்ளது. இதே விகிதத்தில், கிரீன்லாந்தில் பனி உருகுவது தொடருமானால், ஆண்டுதோறும் 25 மில்லியன் பேர் வெள்ளத்தால் பாதிக்கப்படக் கூடும்.

கிரீன்லாந்து கிட்டத்தட்ட 1.6–3.2 கி.மீ. தடிமன் கொண்ட பனிப்பாறைகளால் மூடப்பட்டுள்ளது. புவி வெப்பமயமாதலால் மத்திய, வடக்கு கிரீன்லாந்தில் உள்ள பனிப்பாறைகள் பாதிக்கப்பட்டு உருகி வருகின்றன. கிரீன்லாந்தில், ஆண்டுக்கு சுமார் 280 பில்லியன் டன் பனிப்பாறைகள் உருகி வருகின்றன. இந்தப் பனிப்பாறைகள் உருகி வருவது, தற்போதைய

இரா. மகேந்திரன், ஜெ. பழனிவேல்

கடல் மட்ட உயர்வுக்கு முக்கியக் காரணமாகும். இப்போதைய விகிதத்தில் கார்பன் உமிழ்வு தொடர்ந்தால், 2100க்குள், கிரீன்லாந்து பனிப்பாறைகள் உருகிக் கடல் மட்ட உயர்வு 50 செ.மீ. வரை அதிகரித்திருக்கும். மேலும், உலகின் வெப்பநிலை கிட்டத்தட்ட $3°C$ அதிகரிக்கக்கூடும். முதல் முறையாக, 2021இல், கடல் மட்டத்திலிருந்து சுமார் 3.2கி.மீ. உயரத்தில் உள்ள கிரீன்லாந்து சிகரத்தில், சுமார் 7 பில்லியன் டன் மழை பெய்தது.

கிரீன்லாந்தில் பனிப்பாறைகள் உருகுதல்–2023

33

பருவநிலை மாற்றம் திசையன் (வெக்டார்) மூலம் பரவும் நோய்களை எவ்வாறு பாதிக்கிறது?

ஒரு திசையன் என்பது பல்வேறு நோய்களுக்குக் காரணமான 'உயிரி நோய்க் கடத்தி' ஆகும். எடுத்துக்காட்டாக, கொசுக்கள் மற்றும் உண்ணிகளை சொல்லலாம். திசையன்களின் மூலம் பரவும் நோய்களின் வேகம் பருவநிலை மாற்றத்தால் பெரிதும் அதிகரிக்கப்படுகிறது. டெங்கு காய்ச்சல், சிக்குன்குனியா, ஜிகா வைரஸ் காய்ச்சல், மஞ்சள் காய்ச்சல், மேற்கு நைல் காய்ச்சல் மற்றும் மலேரியா ஆகியவை திசையன் மூலம் பரவும் நோய்களுக்கான உதாரணங்கள். உலகளாவிய வெப்பநிலை உயர்வால், கொசுக்கள் மற்றும் பிற திசையன்கள் பூமத்திய ரேகையிலிருந்து பல்வேறு பகுதிகளுக்குச் சென்று நோய்களைப் பரப்பும் அபாயமும் உள்ளது. 2021 உலக சுகாதார தினத்தின் கருப்பொருள் 'திசையன்

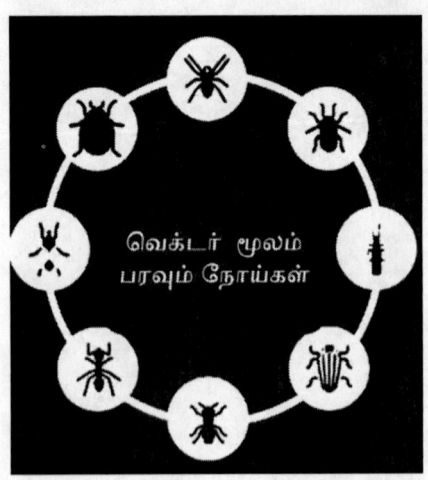

இரா. மகேந்திரன், ஜெ. பழனிவேல்

மூலம் பரவும் நோய்கள் – சிறிய கடி, பெரிய அச்சுறுத்தல்' என்பதாகும். நம்மில் பெரும்பாலானோர் வாழ்நாளில் குறைந்தது ஒரு திசையன் மூலம் பரவும் நோயால் பாதிக்கப்பட்டிருப்போம் என்கிறது ஒரு ஆய்வு. மலேரியா 'அனோபிலின்' கொசுக்களால் பரவும் தொற்றுநோய் ஆகும். இது உலகளவில், ஆண்டுக்கு சுமார் 219 மில்லியன் நபர்களைப் பாதித்து, 4,00,000க்கும் அதிகமான உயிரிழப்புகளை ஏற்படுத்துகிறது. டெங்கு, ஏடிஸ் கொசுக்களால் பரவும் வைரஸ் தொற்று. 129க்கும் மேற்பட்ட நாடுகளில் ஒரு பில்லியனுக்கும் அதிகமான மக்கள் ஆண்டுதோறும் டெங்கு காய்ச்சலால் பாதிக்கப்பட்டு வருவது குறிப்பிடத்தக்கதாகும்.

34

எல் நினோ, லா நினா நிகழ்வுகள் என்றால் என்ன? அதன் விளைவுகள் யாவை?

'எல் நினோ' என்பது ஸ்பானிய மொழியில் 'சிறுவன்' என்று பொருள். பசிபிக் பெருங்கடலின் மேற்பரப்பில் உண்டாகும் வெப்பநிலை மாறுபாட்டின் விளைவாக, உலகின் பெரும்பகுதிகளில் ஏற்படும் வானிலை மாற்றங்களே 'எல் நினோ.' சுருக்கமாக எல் நினோ என அழைக்கப்பட்டாலும், 'எல் நினோ தெற்கத்திய அலைவு' என முழுமையாக அழைக்கப்படுவதே சரியானது. கிழக்கு பசிபிக் பெருங்கடலில் எல் நினோ நிகழ்வு ஏற்படும் போது வழக்கமாகக் கிழக்கிலிருந்து மேற்கு நோக்கி வீசும் காற்றின் திசையானது, அதற்கு நேர்மாறாக மேற்கிலிருந்து கிழக்கு நோக்கி திசை மாறுகிறது. இத்தகைய காற்றின் திசைமாற்றத்தின் காரணமாகப் பசிபிக் பெருங்கடலின் பருவநிலை முற்றிலும் மாற்றமடைகிறது. ஈரப்பதமும் மித வெப்பமும் கொண்ட பசிபிக்கின் மேற்குப் பகுதியானது, எல் நினோவிற்குப் பிறகு ஈரப்பதம் இல்லாமல், குறைந்த மழையும் மற்றும் வறண்ட வானிலையும் கொண்டதாக மாறுகிறது.

இந்த அலைவோட்டம் பற்றி, 1923ஆம் ஆண்டு இங்கிலாந்தைச் சேர்ந்த 'சர் கில்பர்ட் வாக்கர்' முதன்முதலாக அறிவியல்ரீதியாக விளக்கினார். இரண்டு முதல் ஐந்து ஆண்டுகளுக்கு ஒரு முறை இந்நிகழ்வு ஏற்படுகிறது. இந்த நிகழ்வின் விளைவாக தென் அமெரிக்காவை ஒட்டிய கடல் பகுதிகளில், முக்கியமாகப் பெரு நாட்டின் கடல் பகுதிகளில் நீரின் வெப்ப நிலை அதிகரிக்கிறது. 1982–83ஆம்

இரா. மகேந்திரன், ஜெ. பழனிவேல்

ஆண்டும் 1997–98ஆம் ஆண்டும் நிகழ்ந்தவையே இதுவரை உச்சபட்ச எல் நினோ நிகழ்வுகளாக உள்ளன. 1997–1998ஆம் ஆண்டு எல் நினோ நிகழப்போவதை நம்மால் முன்கூட்டியே கணிக்க முடிந்தது என்றாலும், 2000க்கும் அதிகமான உயிரிழப்பைத் தடுக்க முடியவில்லை. இதனால், பொருளாதாரரீதியாக ரூபாய் 1000 கோடிக்கும் மேல் இழப்பும் ஏற்பட்டது.

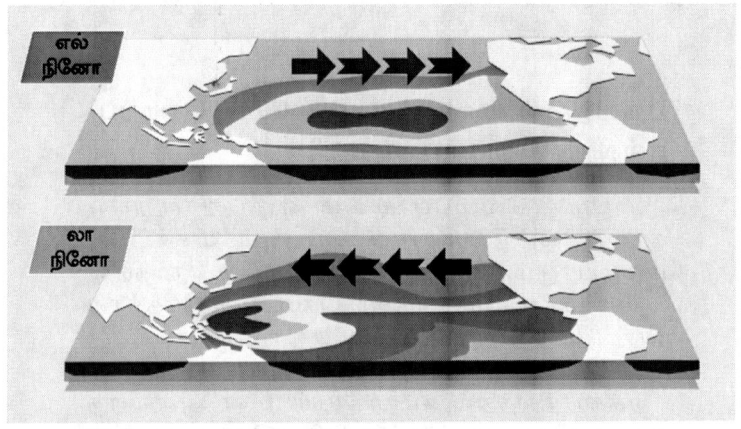

எல் நினோ நிகழ்விற்கு எதிர்மாறானது லா நினா ஆகும். லா நினா என்றால் 'சிறுமி' என்று பொருள். லா நினா நிகழ்வால் தென் அமெரிக்க கடல் பகுதியில் வழக்கத்துக்கு மாறாக அதிக வறட்சியும் குளிர்ச்சியும் ஒருங்கே நிகழும். மேற்கு பசிபிக் கடல் பகுதி அதிக ஈரப்பதமும் மற்றும் அதிக மழையும் இருக்கும். பொதுவாக எல் நினோவை அடுத்து லா நினா நிகழும்.

35

பருவநிலை மாற்றத்துடன் 'மேக வெடிப்பு' எவ்வாறு தொடர்புடையது?

மேக வெடிப்பு மழை என்பது குறுகிய காலத்தில், திடீரெனப் பெய்யும் மிகக் கன மழையாகும். குறிப்பாக, ஒரு மணி நேரத்தில் 10 செ.மீ.க்கு மேல் மழை கொட்டித் தீர்த்தால் அது 'மேக வெடிப்பு'. சில சதுர கிலோமீட்டர் அளவில் இந்த மழைப் பொழிவு ஏற்படும். இது 1 ஏக்கர் நிலத்தில் சுமார் 70,000 டன் அளவிற்கு நீரைக் 'கொட்டிவிடும்'. தமிழில் இது 'முகிற்பேழ் மழை' என்று அழைக்கப்படுகிறது. பருவ நிலை மாற்றத்தால், அடுத்து வரும் வருடங்களில் பெரும்பாலான மழைப்பொழிவுகள் 'மேக வெடிப்பு' ஆக இருக்கக்கூடும். மலைகளை ஒட்டியுள்ள நிலப்பகுதிகளில், இந்த மேக வெடிப்பு அடிக்கடி நிகழும். புவியியல் அமைவிடம், காற்றழுத்தம், பருவமழையின் தன்மை ஆகியவை முக்கியக் காரணிகளாக உள்ளன. வெப்பமான காற்று, தரைப் பரப்பிலிருந்து உயர்ந்து, மேகத்திலிருந்து விழும் மழைத் துளிகளைக் கீழே விழாமல் தடுத்து, மறுபடியும் 'மேகத்திற்கே' அனுப்புகிறது. இவ்வாறு,

மேகவெடிப்பு

இரா. மகேந்திரன், ஜெ. பழனிவேல்

மேகத்தின் உள்ளே திரண்டு கொண்டே இருக்கும் நீர், அதிக அளவு சேர்ந்து, திடீரென ஒரே நேரத்தில் கொட்டிவிடும். இதனால் எதிர்கொள்ள முடியாத அளவிற்குச் சிறிது நேரத்திலேயே வெள்ளப் பெருக்கும் நிலச்சரிவும் ஏற்படும்.

சமீபத்தில் ஜம்மு காஷ்மீர், உத்தரகாண்ட், இமாசல பிரதேச மாநிலங்களில் மேகவெடிப்பு ஏற்பட்டுப் பெருமழை கொட்டித் தீர்த்தது. ஒரு வருடத்துக்கான மொத்த மழை அளவை இரண்டு நாட்களிலேயே பார்த்துவிட்ட ஆப்பிரிக்க நாடுகளும் உண்டு. 2020ஆம் ஆண்டு, கிரீன்லாந்திலுள்ள பனிப்படலத்தின் மிக உயர்ந்த பகுதியில், 71 ஆண்டுகளுக்குப் பின்னர் முதன்முறை யாகப் பெருமழை பெய்தது. 1950க்குப் பின்னர், மழைப்பொழிவை முறையாக பதிவு செய்ய 'ஆரம்பித்த பிறகு' முதல்முறையாக இங்கு மழை பெய்துள்ளது. 2020ஆம் ஆண்டு, சீனாவில் ஹூபெ மாகாணத்தில், இரண்டே நாட்களில் 503 மி.மீ.வரை மழை பெய்தது. சீனாவில் 1000 ஆண்டுகள் இல்லாத அளவு பெருமழை, கடந்த 2020ஆம் ஆண்டு ஸெங்ஸோ நகரில் ஒரு மணி நேரத்தில் 209 மி.மீ. என்ற அளவில் 'கொட்டியது'. இதனால் பெருக்கெடுத்து ஓடிய மழைநீர், சுரங்க ரயில் பாதைக்குள் நிறைந்து 12 பேர் உயிரிழந்தனர். இங்கு மூன்றே நாளில் 617.1 மி.மீ. மழை பெய்தது. அப்பகுதியில் ஆண்டு தோறும் பெய்யும் மழையின் மொத்த அளவே 640 மி.மீ.

36

பருவநிலை மாற்றம் மனிதன்-வனவிலங்கு மோதலையும் காட்டுத்தீயையும் எவ்வாறு தூண்டுகிறது?

இந்தியாவில், மத்திய சுற்றுச்சூழல், வன மற்றும் பருவநிலை மாற்ற அமைச்சக தரவின்படி, 2014–2019 இடையில் 500 யானைகள் மனிதர்களால் கொல்லப்பட்டதாகக் குறிப்பிடுகிறது. அதே காலகட்டத்தில், யானைகளுடனான மோதலின் விளைவாக 2,361 நபர்களும் கொல்லப்பட்டுள்ளனர். இமயமலைப் பகுதியில், அதிகரித்து வரும் வெப்ப நிலை, உணவுப் பற்றாக்குறை அதிக பனிப்பொழிவு மனிதர்–கரடி மோதலுக்குக் காரணமாகிறது. விலங்கு – மனிதர்களின் மோதலால் ஆண்டுதோறும் பெரும் பொருட் சேதமும் உயிரிழப்பும் ஏற்படுகிறது.

காலநிலை மாற்றத்தால் மனிதன் – காட்டு விலங்குகள் மோதல்

இந்திய வன அறிக்கை–2021இன் படி, இந்தியாவில் சுமார் 22% வனப்பகுதி தீயினால்

இரா. மகேந்திரன், ஜெ. பழனிவேல்

பாதிக்கப்படும் மண்டலத்தின் கீழ் வருகின்றன. அஸ்ஸாம், திரிபுரா, ஆந்திரப் பிரதேசம், மணிப்பூர், மேகாலயா, மிசோரம், நாகாலாந்து, ஒடிசா, மகாராஷ்டிரா, பீகார், உத்தரப் பிரதேசத்தில் உள்ள காடுகள் காட்டுத் தீயால் பெரிதும் பாதிக்கப்பட்டு வருகின்றன. இந்தியாவின் சுற்றுச்சூழல், வனம் மற்றும் காலநிலை மாற்றம் அறிக்கை–2020–2021படி, மேற்கு மகாராஷ்டிரா, தெற்கு சத்தீஸ்கர், தெலுங்கானா மற்றும் ஆந்திரப் பிரதேசம் மற்றும் மத்திய ஒடிசா பகுதிகள் காட்டுத் தீ 'ஹாட் ஸ்பாட்'களாக மாறி வருகின்றன. 2021–2022இல், ராஜஸ்தானின் சரிஸ்கா புலிகள் சரணாலயம், ஒடிசாவின் சிமிலிபால் வனவிலங்கு சரணாலயம், மத்தியப் பிரதேசத்தின் லட்குய் காடுகள், சத்னா மாவட்டத்தின் மஜ்கவான் பகுதி தமிழகத்தின் கொடைக்கானல் மலைப்பகுதியில் காட்டுத் தீ நிகழ்வுகள் பதிவாகியுள்ளன.

ராஜஸ்தான் சரிஸ்கா புலிகள் காப்பகம்

ஒடிசா சிமிலிபால் வனவிலங்கு சரணாலயம்

மத்திய பிரதேசம் லட்குய் காடுகள்

கொடைக்கானல் பெருமாள்மலை

மத்தியப் பிரதேசம் மஜ்கவான் காடுகள்

இயற்கையில் ஏற்படும் காட்டுத் தீ பெரும்பாலும் மின்னல், எரிமலை வெடிப்பு மற்றும் விண்கல் மோதலினால் ஏற்படுகிறது. மத்திய மற்றும் தென்னிந்தியாவில் உள்ள இலையுதிர் காடுகள் 5–6 மாதங்கள் வறண்ட காலத்தை எதிர்கொண்டு காட்டுத்தீக்கு இரையாகின்றன. மேலும், உத்தரகாண்டில், மண்ணின் ஈரப்பதம் இல்லாததும் ஒரு முக்கியக் காரணியாக உள்ளது. உலக வனவிலங்கு நிதியகம் – 2020 அறிக்கையில், உலகளவில் 75% காட்டுத்தீக்கு மனிதர்களே காரணம் என்று மதிப்பிட்டுள்ளது. காட்டுத்தீயின் தீவிரம், பட்டுப்போன இலைகள், உலர்ந்த புற்கள் மற்றும் மரங்களின் எரியக்கூடிய தன்மை பருவநிலை மாற்றத்துடன்

தொடர்புடையதாகும். காட்டுத் தீயானது வனப்பகுதி, மண் வளம், மண்ணின் ஈரப்பதம், ஒட்டுமொத்த தாவரங்கள் மற்றும் விலங்கினங்களைப் பெரிதும் பாதிக்கிறது.

பருவநிலை மாற்றத்தின் மிக மோசமான தாக்கங்களில் ஒன்று, 2023இல் சிலி நாட்டில் ஏற்பட்ட காட்டுத்தீ. சிலியின் தெற்கு மற்றும் மத்திய பகுதிகளில் பரவிய காட்டுத் தீயால், அந்த நாட்டில் அவசரநிலை பிரகடனப் படுத்தப்பட்டது. இந்தக் காட்டுத்தீயால் 26 பேர் உயிரிழந்தனர். சுமார் 667,000 ஏக்கர் நிலம் தீக்கிரையானது. இந்த "தீப்புயலால்", சிலிக்கு 2023ஆம் ஆண்டு இரண்டாவது மோசமான ஆண்டாக மாறியுள்ளது. ஏற்கனவே, 2017இல் இந்த நாடு காட்டுத்தீயால் பெரிதும் பாதிக்கப்பட்டது.

காட்டுத்தீயின் கோரப்பிடியில் சிலி (2023)

37

பருவநிலை மாற்ற விளைவுகளில் 2019ஆம் ஆண்டு ஏன் மிக மோசமானதாகப் பார்க்கப்படு கிறது?

2019ஆம் ஆண்டில் உலகளாவிய சராசரி வெப்பநிலை தொழில்துறை பருவத்திற்கு முந்தைய பருவத்தைவிட 1.1°C அதிகமாக இருந்தது. இந்த ஆண்டில் மட்டும் பசுங்குடில் வாயுக்களின் வெளியேற்றம் 59.1 ஜிகா டன்களை எட்டியது. வளிமண்டலத்தில் கார்பன் டை ஆக்சைட்டின் செறிவு இரண்டு மில்லியன் ஆண்டுகளில் இருந்ததை விட அதிகமாகவும், மீத்தேன் நைட்ரஸ் ஆக்சைடு செறிவு 8,00,000 ஆண்டுகளில் இருந்ததை விட அதிகமாகவும் இருந்தது. காட்டுத்தீ 113% அதிகரித்ததும் 7 கடுமையான புயல்கள் இந்தியாவைத் தாக்கியதும் குறிப்பிடத்தக்கதாகும். இத்தகைய தீவிர வானிலை நிகழ்வுகளால், சுமார் 21.7 லட்சம் மக்கள் இடம்பெயர்ந்தனர்.

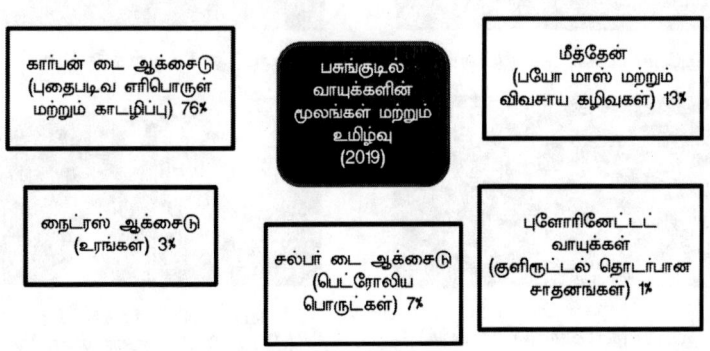

அதிதீவிர வானிலை நிகழ்வுகளால் அதிக உயிர்சேதம் கொண்ட நாடுகளின் பட்டியலில்

இந்தியா ஐந்தாவது இடத்தில் உள்ளது. ஜூன் மற்றும் ஜூலையில், இந்தியாவில், பெரும்பாலான மக்கள் கடுமையான வெப்ப அலைகளால் பாதிக்கப்பட்டனர். சில பகுதிகளில் மூன்று வாரங்களுக்கு மேலாக $45°C$ என்றளவில் வெப்பநிலை பதிவானது. ஜூன் 10 அன்று, டெல்லியில் அதிகபட்ச வெப்பநிலையாக $48°C$ ஐ எட்டியது. உலகளாவிய பருவநிலை–2019 அறிக்கையின்படி, ஜூலை மாதம் இந்திய வானிலை வரலாற்றிலேயே மிகவும் 'வெப்பமான' மாதமாகும். செப்டம்பர் மாதம், நாட்டின் 30% பகுதிகள் வறட்சியால் பாதிக்கப்பட்டன. இந்த ஆண்டு மட்டும் இந்தியாவில் 79,113 தீ விபத்துக்கள் பதிவாகியுள்ளன. இதுவே, 2018இல் 37,059 தீ விபத்துக்கள் மட்டுமே பதிவாகி இருந்தன.

பருவமழை காலத்தில், 560 "தீவிர மழைப் பொழிவுகள்" பதிவு செய்யப்பட்டன. இதுவே, 2018இல் 321 ஆக இருந்தது. 24 மணி நேரத்திற்குள் 25 செ.மீ. அதற்கும் அதிகமான மழைப்பொழிவே 'தீவிர மழையாகும்'. இந்தக் காலகட்டத்தில், அதிக மழை மற்றும் வெள்ளத்தால் 1,685 பேர் இறந்தனர். இந்தியாவில் கடந்த 25 ஆண்டுகளில் இல்லாத அளவிற்கு, இந்த ஆண்டு தென்மேற்கு பருவமழை பெய்தது. ஜூன் முதல் செப்டம்பர் வரையிலான மழைப்பொழிவின் சராசரி 880 மி.மீ. இது வழக்கத்தைவிட 110% அதிகமாகும்.

அமேசான் காட்டுத் தீ (பிரேசில்)

காட்டுத் தீ (ஆஸ்திரேலியா)

இடாய் சூறாவளி (மொசாம்பிக்)

விக்டோரியா நீர் வீழ்ச்சி (ஜிம்பாப்வே) – குறைவான நீர் வரவு

38

2021இல் பருவநிலை மாற்றத்தால் நிகழ்ந்த ‘தீவிர நிகழ்வுகள்’ என்னென்ன?

- *2021, ஜூனில், வட அமெரிக்காவில் ஏற்பட்ட வெப்ப அலையால் 1,037 நபர்கள் இறந்தனர். இது இந்த ஆண்டின் இரண்டாவது மிக மோசமான வானிலைப் பேரழிவாகும்.*

- *2022, ஜூன் 29 அன்று, கனடா 49.6°C வெப்பநிலையை தொட்டது. இதற்கு முன்னால், 1937, ஜூலை 5 பதிவான 45.0°C என்ற அளவே அதிகமாக இருந்தது.*

- *கிரீன்லாந்தில் 3000 மீ உயரத்தில் உள்ள பனிப்பாறைகளில் முதல்முறையாக மழை பெய்தது.*

- *ஐடா புயல் ஐந்தாவது மோசமான வானிலைப் பேரழிவாகும். இந்தப் புயல் ஆகஸ்ட் 29 அன்று லூசியானாவில் 150 மைல் வேகத்தில் கரையைக் கடந்தது. ஐடாவின் சேதங்கள் $ 75 பில்லியன் என மதிப்பிடப்பட்டுள்ளது.*

- *மேற்கு ஜெர்மனி மற்றும் கிழக்கு பெல்ஜியத்தில் (ஜூலை 12–18) பெய்த கடும் மழையால் 240 மக்கள் இறந்தனர். 43 பில்லியன் டாலர் சேதத்தை ஏற்படுத்தியது.*

- *ஜூலை 20 அன்று சீனாவின் செங்சவ் நகரத்தில் கற்பனை செய்ய முடியாத அளவு தீவிர மழைப்பொழிவு ஏற்பட்டது. 24 மணி நேரத்தில் 644.6 மி.மீ. மழையைப் பதிவு செய்தது. ஜூன்முதல் செப்டம்பர்வரையிலான மழைக்காலத்தில் சீனாவில் ஏற்பட்ட வெள்ளத்தால் 347 பேர் இறந்தனர், சுமார் $30 பில்லியன் இழப்பு ஏற்பட்டது.*

- மத்திய அமெரிக்காவில் ஏற்பட்ட கடுமையான பனிப்பொழிவு, உறைபனி மற்றும் கடுங்குளிர் ஆகியவற்றால் 246 பேர் கொல்லப்பட்டனர் மற்றும் $23 பில்லியன் சேதத்தை ஏற்படுத்தியது.

- ஜூலையில், லா நினா நிகழ்வு இந்த ஆண்டின் முற்பகுதியில் ஏற்படாமல் இருந்திருந்தால், வெப்பநிலை இன்னும் அதிகமாக இருந்திருக்கும். இந்த மாதத்தில், கலிபோர்னியாவில் உள்ள டெத் வேலி தேசியப் பூங்காவில் $54.4°C$ வெப்பநிலை பதிவானது.

- மேற்கு அண்டார்டிகாவின் 'த்வைட்ஸ்' பனிப்பாறையில் விரிசல்கள் இருப்பதை விஞ்ஞானிகள் கண்டுபிடித்தனர். ஐந்தாண்டுகளுக்குள், த்வைட்ஸ் பனிப்பாறை வேகமாக உருகும் அபாயம் உள்ளது.

தீவிர வானிலை நிகழ்வுகள் – 2011

கனடாவில் உண்டான வெப்ப அலைகள்

கிரீன்லேண்ட் பனிப்பாறையில் பெய்த மழை

ஜெர்மனியில் பெய்த கனமழை

டெத் வேலியில் பதிவான அதிகபட்ச வெப்பம்

இரா. மகேந்திரன், ஜெ. பழனிவேல்

39

கார்பன் தடம் என்றால் என்ன? இதை எவ்வாறு குறைப்பது?

கார்பன் தடம் என்பது ஒரு குறிப்பிட்ட காலத்தில் ஒரு குறிப்பிட்ட நபர், நிறுவனம் அல்லது ஒரு நிகழ்வால் வெளியிடப்படும் மொத்தப் பசுங்குடில் வாயுக்களின் அளவாகும். உலகிலேயே அதிகமாக, அமெரிக்காவில்தான் ஒரு நபரின் சராசரி கார்பன் தடம் அதிகமாகப் பதிவு செய்யப்பட்டுள்ளது. பாரிஸ் காலநிலை ஒப்பந்தம்–2015 படி, இந்தியா 2030ஆம் ஆண்டுக்குள் கார்பன் தடத்தை 33–35% குறைத்தாக வேண்டும். அதாவது, 2030ஆம் ஆண்டுக்குள் புதைபடிவமற்ற எரிபொருள் மூலங்களிலிருந்து 40% ஆற்றலை நாம் உற்பத்தி செய்தாக வேண்டும். 2021ஆம் ஆண்டில் மட்டும், 10.06 பில்லியன் மெட்ரிக் டன் கார்பன் டை ஆக்சைடு, சீனாவால் வெளியிடப்பட்டது. துவாலு, இது தென் பசிபிக் பெருங்கடலில் உள்ள, 10 சதுர மைல் நிலப்பரப்பைக்கொண்ட ஒரு சிறிய தீவு. இந்தத் தீவு மிகக் குறைவான (பூஜ்ஜியம்) கார்பன் தடம் கொண்ட பகுதியாகும். புதுப்பிக்கத்தக்க ஆற்றலைப் பயன்படுத்துவது, பொதுப் போக்குவரத்தைப்

பயன்படுத்துவது, டையோடு விளக்குகளைப் பயன்படுத்துவது மற்றும் உணவுக் கழிவுகளைக் குறைப்பது என நாம் கார்பன் தடத்தைக் குறைக்கலாம்.

கடலில் மட்டும் சுமார் 37,000 பில்லியன் டன் கார்பன் சேமிக்கப்படுகிறது. இவ்வாறு சேமிக்கப்படும் கார்பன் 'நீல கார்பன்' என அழைக்கப்படுகிறது. ஆனால், ஒவ்வொரு நிமிடமும், கடல்வாழ் உயிரினங்களின் வாழ்விடங்கள் 'மூன்று கால்பந்து மைதானங்கள்' என்ற அளவில் அழிந்து வருகிறது. உலகின் 0.7% காடுகள் கடலோர சதுப்பு நிலக்காடுகளாகும். இவை வெப்பமண்டலக் காடுகளை விட ஒரு ஹெக்டேருக்கு, 10 மடங்கு அதிக கார்பனைச் சேமித்து வைக்கின்றன. ஆனால், ஒவ்வொரு ஆண்டும், நாம் 8,00,000 ஹெக்டேர்களை இழந்து வருகிறோம். இதே விகிதத்தில் சதுப்பு நிலத்தை நாம் தொடர்ந்து இழந்தால், அடுத்த நூற்றாண்டிற்குள் இவைகள் அழிந்துவிடும் அபாயம் உள்ளது.

40

2022, ஜனவரி 15 அன்று பசிபிக் பெருங்கடலில் டோங்கா தீவின் அருகில் நீருக்கடியில் ஏற்பட்ட எரிமலை வெடிப்பு, உலகளாவிய பருவநிலையைப் பாதிக்குமா?

எரிமலைகளிலிருந்து வெளியேறும் கார்பன் டை ஆக்சைடின் உமிழ்வு வருடத்திற்கு சுமார் 30 கோடி மெட்ரிக் டன்னாகும். அதேசமயம், நாம் 3,000 பில்லியன் மெட்ரிக் டன்களுக்கு மேல் கார்பன் டை ஆக்சைடை வெளியிட்டு வருகிறோம். 1815இல் ஏற்பட்ட "தம்போரா" எரிமலை வெடிப்பால், பூமியின் சில பகுதிகள் மிகவும் குளிராகவும் இருட்டாகவும் இருந்தது. 1991இல், பிலிப்பைன்ஸில் உள்ள மவுண்ட் பினாட்டுபோ எரிமலை வெடிப்பு, சிறிய துகள்களை வளி மண்டலத்தில் பரப்பி பருவநிலை மாற்றத்தில் பெரும் தாக்கத்தை ஏற்படுத்தியது. இந்த வெடிப்பால், புவியின் சராசரி வெப்பம் $0.5^{\circ}C$ குறைந்தது. வளிமண்டலத்தில், அதிகளவு வெளியேற்றப்படும் சல்ஃபர் டை ஆக்ஸைடு, நீராவியுடன் வினை புரிந்து சிறிய நீர்த்திவலைகளை உருவாக்கி, சூரிய கதிர்களை விண்வெளிக்கே திருப்பி அனுப்புகின்றன.

14–01–2022 அன்று, ஹூங்கோ டோங்கா தீவிற்கு அருகில், கடலுக்கு அடியில் எரிமலை வெடித்துச் சிதறியது. தென் பசிபிக் கடலில், ஆஸ்திரேலியா கண்டத்திற்கு அருகில் அமைந் திருக்கும் தீவுக் கூட்டம்தான் டோங்கா. நூற்றுக்கும் மேற்பட்ட சிறு தீவுகளைக்கொண்ட இந்த நாட்டின் மொத்த மக்கள் தொகையே வெறும் 1.03 லட்சம் தான். இந்த எரிமலை சுமார் 30 கி.மீ.

உயரத்திற்கும், 260 கி.மீ. சுற்றளவிற்கும் நீராவி, பசுங்குடில் வாயுக்கள் மற்றும் சாம்பலை உமிழ்ந்தது. மேலும், இந்த வெடிப்பு, பெருமளவு (40,00,00,000 கிலோகிராம்) சல்பர் டை ஆக்சைடை வளிமண்டலத்தில் உமிழ்ந்தது. எரிமலை வல்லுநர்கள் 1883இல் இந்தோனேசியாவில் கிரகடோவா எரிமலை வெடிப்பையும், 1991இல் பிலிப்பைன்ஸில் உள்ள பினாடுபோ மலையின் வெடிப்பையும் ஒப்பிட்டுப் பார்த்தனர். இதில், பினாடுபோ எரிமலை வெடிப்பு, 20,00,00,00,000 கிலோ கிராம் சல்பர் டை ஆக்சைடை, ஸ்ட்ராடோஸ்பியரில் வெளியேற்றியது. கடந்த முப்பது ஆண்டுகளில் உலகின் மிகப்பெரிய எரிமலை வெடிப்பாக இருந்தாலும், டோங்கா எரிமலை வெடிப்பின் விளைவுகள், பினாடுபோ வெடிப்பை விட 10 மடங்கு குறைவாக உள்ளதால், பருவநிலை மாற்றத்தில் பெரிய பாதிப்புகள் உண்டாக வாய்ப்பில்லை என ஆராய்ச்சியாளர்கள் கருதுகின்றனர்.

தம்போரா எரிமலை, 1815

முக்கியமான எரிமலை வெடிப்புகள்

கிரகடோவா எரிமலை, 1883

ஹங்கா டோங்கா எரிமலை, 2022

பினாடுபோ எரிமலை, 1991

இரா. மகேந்திரன், ஜெ. பழனிவேல்

41

பூமி வெப்பமடைதலைக் கடல் எவ்வாறு குறைக்கிறது?

1900ஆம் ஆண்டிற்குப் பிறகு உலகின் சராசரி கடல்மட்ட உயர்வின் வேகமானது கடந்த 3000 ஆண்டுகளில் நிகழ்ந்திராத ஒன்றாகும். 2100ஆம் ஆண்டில், 2 மீட்டரும், 2150ஆம் ஆண்டில் 5 மீட்டரும் கடல் மட்டம் உயரக்கூடும். கடல் வெப்ப அலைகளின் எண்ணிக்கையானது, 1980ஆம் ஆண்டிற்குப் பிறகு இருமடங்காக அதிகரித்துள்ளது. 1980லிருந்து நம் செயல்பாட்டினால் வெளியேற்றப்பட்ட கார்பன் டை ஆக்சைடில் 20–30% வரை கடல்களால் உறிஞ்சப்பட்டுவருகிறது. பெட்ரோல் – டீசல் வாகனங்களிலிருந்து வெளியாகும் வெப்பத்தின் பெரும் பகுதியையும் கடல்கள் முன்பைவிட அதிகமாக உறிஞ்சுவதாக ஆராய்ச்சியாளர்கள் கண்டுபிடித்துள்ளனர். அதாவது, 60% கூடுதலான வெப்பத்தைக் கடல்கள் உறிஞ்சுவதாக நேச்சர் ஆய்வு சஞ்சிகையில் வெளியான புதிய ஆராய்ச்சியில் தெரியவந்துள்ளது. இதன் விளைவால், கடல்களும் அதிக வெப்பமடைந்து வருகின்றன. கடல் நீரில் உள்ள ஆக்சிஜன் அளவும் குறைந்துவருகிறது. வளிமண்டலத்தில் உள்ள அதிகளவு கார்பன் டை ஆக்சைடால் 'கடல் அமிலமயமாக்கல்' வேகமாக நடைபெற்று வருகிறது. இது பவளம், நண்டுகள் மற்றும் சிப்பிகளின் கூடுகளைப் பெரிதும் பாதிக்கிறது. ஆழ்கடல் நீரோட்டங்கள், கடலின் மேற்பரப்பில் உள்ள வெப்பத்தின் பெரும்பகுதியை, கடலின் கீழே கொண்டு செல்கின்றன. இதனால், கடலின் ஆழமான அடுக்குகள் வெப்பமாவதால், கடலிலுள்ள பனிப்பாறைகள் உருகுவதும் வெப்ப அலைகள் தோன்றுவதும் அதிகரித்துள்ளது.

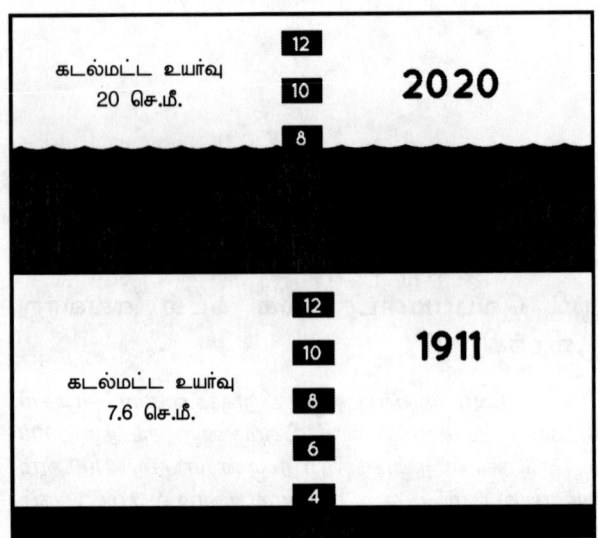

உலகளவில், 1950களிலிருந்து கடல்கள் 2% 'கரைந்த ஆக்ஸிஜனை' இழந்துவிட்டன. 2100 ஆண்டுக்குள் சுமார் 3–4% கரைந்த ஆக்ஸிஜன் இழக்கப்படலாம். கடலின் மேற்பரப்பு 'பைட்டோ பிளாங்க்டனால்' நிறைந்துள்ளது. பூமியில் ஆக்ஸிஜன் உற்பத்தியில் பெருமளவு இந்த பிளாங்க்டனால் வருகிறது. கடல் வெப்பநிலை உயரும்போது 'கரைந்த ஆக்ஸிஜன்' குறைகிறது. குறைவான ஆக்ஸிஜன் சல்பேட் பாக்டீரியாவை வளர ஏதுவான சூழ்நிலையை உருவாக்கி, ஹைட்ரஜன் சல்பைடு என்ற நச்சு வாயுவை உற்பத்தி செய்து சுற்றுச்சூழலுக்குப் பெரும் பாதிப்பை உண்டாக்குகிறது.

இரா. மகேந்திரன், ஜெ. பழனிவேல்

42

பருவநிலை மாற்றத் தணிப்பில் செயற்கை நுண்ணறிவின் பங்கு என்ன?

பருவநிலை மாற்றத்திற்கு எதிரான போராட்டத்தில் செயற்கை நுண்ணறிவின் (Artificial Intelligence – AI) பங்கு அளப்பரியதாகும். தட்ப வெப்பநிலையை அறிய செயற்கை நுண்ணறிவு மாதிரிகள் பெரிதும் பயன்படுகின்றன. செயற்கை நுண்ணறிவு மூலம் மழைப் பொழிவு, பசுங்குடில் வாயுக்களின் உமிழ்வு, சூறாவளி, காட்டுத்தீ போன்ற சிக்கலான விவரங்களை மிகத் தெளிவான முறையில் பெற இயலும். நாசாவின் செயற்கை நுண்ணறிவு மாதிரிகள், நிலப்பரப்புகளில் ஏற்படும் மாற்றங்கள், கடல்மட்ட உயர்வு, பனிப்பாறைகள் உருகுதலைக் கணிக்கப் பயன்படுகிறது. செயற்கை நுண்ணறிவு பசுமைக் கட்டடங்களை வடிவமைக்கவும், மின் சேமிப்பை மேம்படுத்தவும், புதுப்பிக்கத்தக்க ஆற்றல் பயன்பாட்டை மேம்படுத்தவும் உதவுகிறது. 2030க்குள், இந்தச் செயற்கைநுண்ணறிவு தொழில்நுட்பம், உலகளாவிய பசுங்குடில் வாயுக்களின் வெளியேற்றத்தில் 4% வரை குறைக்க உதவும்.

செயற்கை நுண்ணறிவு, தொழிற்சாலைகளின் கார்பன் உமிழ்வைக் கண்காணிக்க உதவுகிறது. இதனால், சமீபத்தில் இயந்திரங்கள் சார்ந்த கற்றல், பெருந்தரவு (பிக் டேட்டா) போன்றவற்றில் அரசாங்கங்கள், தொழில்நுட்ப நிறுவனங்கள் அதிக முதலீடு செய்கின்றன. 'பெருந்தரவு' மூலம் நீரின் மின்னாற்றலின் பயன்பாட்டைக் குறைக்கலாம்.

எடுத்துக்காட்டாக, சென்சார் நெட்வொர்க்குகள் மூலம் கட்டடங்களின் நீர், மின்னாற்றல் பயன்பாடு பற்றிய தரவுகளைச் சேகரித்து, இவற்றைச் சேமிக்க இயலும். பருவநிலை மாற்றத்தைத் தணிப்பதில் தரவு அறிவியலுக்கும் (டேட்டா சயின்ஸ்) முக்கியப் பங்கு உண்டு. கடல் உயிரியல், நிலச் சீரமைப்பு, திசையன் மூலம் பரவும் நோய்கள் மற்றும் பருவநிலை மாற்றத்தின் விளைவுகளைப் பற்றி ஆய்வு செய்ய 'தரவு அறிவியல்' நுட்பங்கள் பயன்படுத்தப்படுகின்றன.

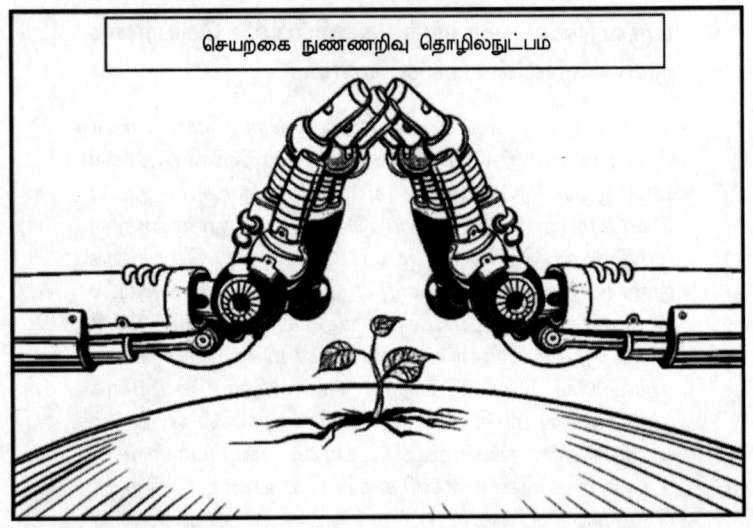

செயற்கை நுண்ணறிவு தொழில்நுட்பம்

இரா. மகேந்திரன், ஜெ. பழனிவேல்

43

பூமி வெப்பமடைதல் குறித்து மக்களின் கண்ணோட்டம் என்ன? உலகெங்கிலும் உள்ள மக்கள் பருவநிலை மாற்றத்தை எப்படிப் பார்க்கிறார்கள்?

தற்போது, பருவநிலை மாற்றம் அறிவியல் பூர்வ ஆதாரங்களுடன் நிரூபிக்கப்பட்டாலும், இதை நம்ப மறுக்கும் மக்கள் இன்னும் உள்ளது வியப்பானதாகும். உலகளவில், பருவநிலை மாற்றம், அதன் தாக்கங்கள் பற்றிய விழிப்புணர்வு மக்களுக்குப் போதுமானதாக இல்லை என்பதே உண்மை. தென் கொரியா, பிரான்ஸ், ஸ்பெயின் மற்றும் மெக்சிகோ மக்கள் பருவநிலை மாற்றம் குறித்த விழிப்புணர்வைக்கொண்டுள்ளனர். இந்த நாடுகளில், பத்தில் எட்டுப் பேர் பருவநிலை மாற்றம் ஒரு பெரிய அச்சுறுத்தல் என்று கருதுகிறார்கள். கனடாவில் 65% மக்கள், அமெரிக்காவில் 59% மக்கள் மட்டுமே பருவநிலை மாற்றத்தைத் தீவிர அச்சுறுத்த லாகக் கருதுகின்றனர். பெரும்பாலான நாடுகளில், பருவநிலை மாற்றத்தை மக்கள் பெரிய அச்சுறுத்தலாகக் கருதவில்லை என்பதே உண்மை.

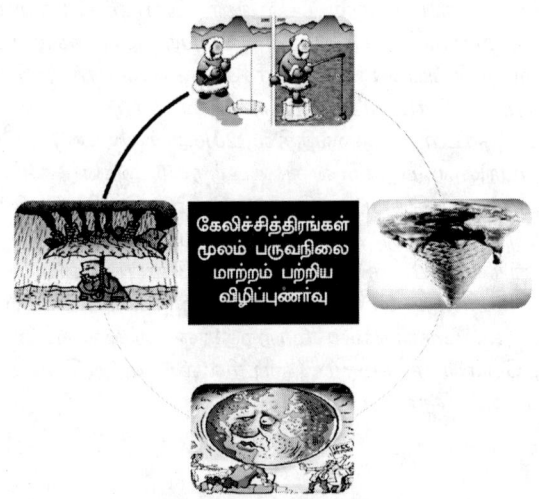

பருவநிலை மாற்றம்

44

பூமி வெப்பமடைவது தொடர்ந்தால் உண்டாகப்போகும் கடுமையான விளைவுகள் யாவை?

முன்பே குறிப்பிட்டதுபோல, 2030இல் பூமியின் வெப்பநிலை 1.5°C உயரக்கூடும் என்கிறது ஐபிசிசி–21 அறிக்கை. அதாவது, நாம் எதிர்பார்த்ததை விட 10 வருடங்கள் முன்பாகவே இந்த நிலையை எட்ட உள்ளோம். பசுங்குடில் வாயுக்களின் உமிழ்வு தற்போதைய விகிதத்தில் உயர்ந்து கொண்டே இருந்தால் புவியின் வெப்பநிலை, இந்த நூற்றாண்டின் இறுதியில் 4°C உயர்வடையக்கூடும். 2022 வருட கோடைகாலத்தில் இத்தாலியில் 48.8°Cயும், கனடாவில் 49.6°C வெப்பநிலையும் பதிவானது. எனவே, புதைபடிம எரிபொருள் உமிழ்வைக் குறைக்காவிட்டால், உலகின் பெரும்பாலான பகுதிகளில் 50°C அதிகமாக வெப்பநிலை பதிவாகும் என்று அறிவியலாளர்கள் எச்சரித்துள்ளனர். இதில் மிகவும் பாதிக்கப்பட்டிருக்கும் நாடு குவைத். வெப்ப நாடான குவைத்தில், 2016ஆம் ஆண்டு 54°C வெப்பநிலை பதிவானது. கடந்த 76 ஆண்டுகளில் பதிவான அதிகபட்ச வெப்பநிலை. இந்நிலையில், 2071ஆம் ஆண்டு வாக்கில் குவைத்தின் பல்வேறு நகரங்களிலும் தற்போதுள்ள வெப்பநிலையை விட, சுமார் 4–4.5°C அளவுக்கு அதிகரிக்கக்கூடும். 2060இல், பருவநிலை மாற்றத்தின் விளைவுகளை எதிர்கொள்ள சுமார் 44 டிரில்லியன் அமெரிக்க டாலர்கள் தேவைப்படும்.

கடல் மட்ட உயர்வால் பாதிக்கப்பட்ட தீவுகள்

உலக சுகாதார நிறுவனத்தின் கூற்றுபடி, பருவநிலை மாற்றம் 2030-2050க்கு இடையில் ஆண்டுக்கு சுமார் 2,50,000 கூடுதல் உயிரிழப்புகளை ஏற்படுத்தும். 1990 முதல் உலகளாவிய பருவநிலை மாற்றப் பேரழிவுகளால் சுமார் 6,00,000 உயிரிழப்புகள் ஏற்பட்டுள்ளன. இவற்றில் 95% வளரும் நாடுகளில் நிகழ்ந்ததாகும். 2050ஆம் ஆண்டுக்கு முன்னரே, ஆர்க்டிக்கில் உள்ள பனிப்பாறைகள் உருகும். அடுத்த 2,000 ஆண்டுகளில் கடல் நீர் மட்டம் 2-3 மீட்டர் வரை உயரும். வெப்பநிலை $2°C$ உயர்ந்தால், 'திசையன் கிருமிகள்' மூலம் நோய்கள் பரவி பெரும் உயிரிழப்பை உண்டாக்கும். இந்த நூற்றாண்டின் இறுதிக்குள், ஐரோப்பாவில் பருவநிலை மாற்றத்தால் 1,50,000க்கும் அதிகமான மக்கள் இறக்கக்கூடும். பருவநிலை மாற்றத்தால், வரலாற்றுச் சிறப்பு மிக்க இடங்களும் பாதிக்கப்படுகின்றன. அதிதீவிர வானிலை நிகழ்வுகளால், வெனிஸ் வெள்ள ஆபத்திலும் ஆல்ப்ஸ் மலைகளில் பனிப்பொழிவு குறைந்தும் கலிபோர்னியாவின் திராட்சைத் தோட்டங்களில் விளைச்சல் குறைந்தும் ஆஸ்திரேலியாவின் கிரேட் பேரியர் ரீஃப் போன்ற சில இயற்கை அதிசயங்கள் முற்றிலும் மறைந்துவிடும் அபாயத்திலும் உள்ளது.

பருவநிலை மாற்றம் தற்போதைய விகிதத்தில் தொடர்ந்தால், பூமியில் உள்ள விலங்குகள் மற்றும் தாவர இனங்களில் மூன்றில் ஒரு பகுதி, 2070க்குள் பெரும் அழிவைச் சந்திக்க நேரிடும். கோலாக்கள், காண்டாமிருகங்கள், பெங்குவின்கள், ஒராங்குட்டான்கள், ஹாக்ஸ்பில் ஆமைகள், காண்டாமிருகங்கள், போலார் கரடிகள், கொரில்லாக்கள் போன்றவை அழியும் நிலையில் உள்ள விலங்குகளாகும். கடந்த 100 ஆண்டுகளில் சுமார் 77 தாவர இனங்கள் அழிந்துவிட்டன. ஆர்க்டிக்

கடல்பனி அதிவேகமாக உருகி வருவதால், 40 ஆண்டுகளில் துருவ கரடிகளின் எண்ணிக்கை 26000லிருந்து 9000 ஆகக் குறையும். சமீபத்தில் அண்டார்டிகாவைச் சேர்ந்த ஒரு பென்குயின், 3,000 கிலோமீட்டர் தொலைவைக் கடந்து நியூசிலாந்தின் கடற்கரையை அடைந்தது. இதற்கு முன், 1962 மற்றும் 1993 ஆகிய ஆண்டுகளில் இதுபோன்ற சம்பவங்கள் நடந்துள்ளன.

துருவ கரடி, பெங்குவின், சீல்

ஆரஞ்சு மீன்

ஆர்க்டிக் நரி

கோலா

காலநிலை மாற்றத்தால் அழியப்போகும் விலங்குகள்

கொமோடோ

பிளமிங்கோ

காண்டாமிருகம்

பாண்டா

தற்போதைய வெப்பநிலை உயர்வால், 80 கோடி மக்கள் (உலக மக்கள் தொகையில் சுமார் 11 %) வறட்சி, வெள்ளம், வெப்ப அலைகள், தீவிர வானிலை நிகழ்வுகள், கடல் மட்ட உயர்வு போன்றவற்றால் பாதிக்கப்பட்டு வருகின்றனர். உலகில் உள்ள காடுகளில் வெறும் 0.7% கடலோர மாங்குரோவ் (அலையாத்தித் தாவரங்கள்) காடுகள் ஆகும். இவை வெப்ப மண்டலக் காடுகளை விட ஒரு ஹெக்டேருக்கு 10 மடங்கு அதிகமாகக் கார்பனை உறிஞ்சுகின்றன. ஆனால், இவை ஒவ்வொரு ஆண்டும் பெருமளவு அழிந்துவருகிறது. இந்த விகிதத்தில் நாம் தொடர்ந்து சதுப்புநிலங்களை இழந்தால், இந்த நூற்றாண்டுக்குள் முழுமையாக அழிந்துவிடும் அபாயம் உள்ளது.

45

உணவுக் கழிவுகளிலிருந்து வெளியேறும் பசுங்குடில் வாயுக்களால் பருவநிலை மாற்றத்தில் ஏற்படும் தாக்கங்கள் என்ன?

உலகளவில், தினமும் உணவில் மூன்றில் ஒரு பங்கு வீணாகிறது. இதனால், ஒவ்வொரு ஆண்டும் சுமார் 1.3 பில்லியன் டன்கள் உணவு வீணடிக்கப்படுகிறது. உற்பத்தி செய்யப்படும் பழங்கள், காய்கறிகளில் கிட்டதட்ட 50% வீணாகிறது. சீனா, ஆண்டுக்கு 91.6 மில்லியன் டன் உணவுக் கழிவுகளையும் இந்தியா 68.8 மில்லியன் டன்கள் உணவுக் கழிவுகளையும் வெளியேற்றுகிறது. இந்தியாவில், 18–34 வயதுடைய இளைஞர்களே அதிக உணவை வீணாக்குகிறார்கள். இந்தியாவில், ஒவ்வொரு ஆண்டும் ஒரு நபருக்கு சுமார் 50 கிலோ உணவு வீணடிக்கப்படுவது கவலைக்குரியதாகும்.

உலகளவில், ஒன்பது பேரில் ஒருவருக்குச் சாப்பிட போதுமான உணவு இல்லை. உலகளவில், தற்போது 8.21 கோடி மக்கள் ஊட்டச்சத்து குறைபாட்டால் பாதிக்கப்பட்டுள்ளதாகவும்

5 வயதுக்குட்பட்ட 1.51 கோடி குழந்தைகள் உடல் வளர்ச்சி குன்றியும் 6.13 கோடி பெண்கள் இரும்புச்சத்து குறைபாட்டால் பாதிக்கப்பட்டும் உள்ளனர். உலகளவில் மக்களுக்கான உணவை சைனா, தற்போதைய 6.6 பில்லியனிலிருந்து, 2050இல் 11.3 பில்லியனாக அதிகரிக்கலாம். குப்பைக் கிடங்கில் அழுகும் உணவுக்கழிவுகள் மீத்தேன் மற்றும் கார்பன் டை ஆக்சைட் போன்ற பசுங்குடில் வாயுக்களை உற்பத்தி செய்கிறது. மனித நடவடிக்கைகளில் இருந்து வெளியேறும் பசுங்குடில் வாயுக்களில் 40% உணவுக் கழிவுகளே காரணம்.

இரா. மகேந்திரன், ஜெ. பழனிவேல்

46

பருவநிலை மாற்றத்தில் கொரோனாவின் தாக்கம் என்ன?

கொரோனா வைரஸ் சமூக முடக்கத்தால், உலகளவில் கார்பன் உமிழ்வு பெருமளவு குறைந்துள்ளதே உண்மை. சீனாவில், நிலக்கரி நுகர்வு, பொருட்களின் உற்பத்தி வீழ்ச்சியால், கார்பன் உமிழ்வு 18% வரை குறைந்துள்ளது.

சீனா, ஒவ்வொரு ஆண்டும் சுமார் 36,000 மில்லியன் டன் கார்பன் டை ஆக்சைடை வளிமண்டலத்தில் வெளியிட்டு வருகிறது. இந்தச் சமூக முடக்கத்தால் உலகளாவிய கார்பன் டை ஆக்சைடு உமிழ்வு, 6.4% (2.3 பில்லியன் டன்) குறைந்துள்ளது. ஆண்டுக்கு 5% கார்பன் உமிழ்வு குறைந்தாலே பாரிஸ் ஒப்பந்தத்தில்

நிர்ணயிக்கப்பட்டுள்ள அளவை எட்டிவிடலாம். ஆனால், தற்போது பல நாடுகளில் ஊரடங்கு தளர்த்தப்பட்டிருப்பதால், கார்பன் உமிழ்வு பழைய நிலையை அடையும்.

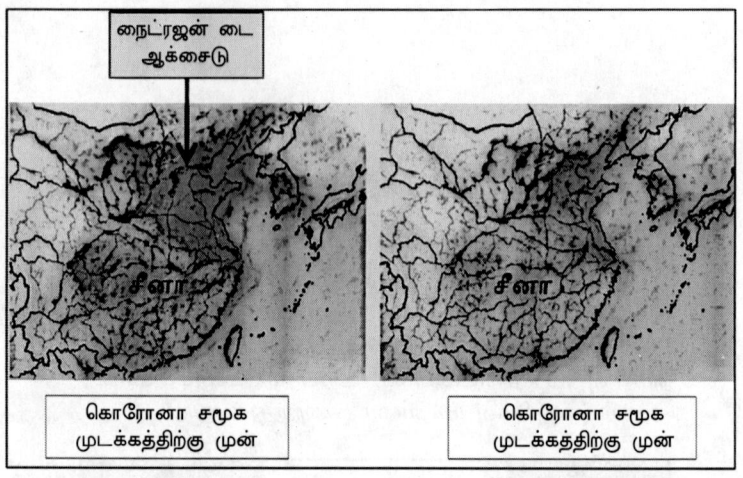

47

பருவநிலை மாற்றம் தமிழ்நாட்டிற்கு எந்த அளவு அச்சுறுத்தலாக இருக்கும்?

தமிழ்நாடு மற்றும் புதுச்சேரி 1079 கி.மீ. நீளமுள்ள கடலோரத்தைக்கொண்டுள்ளது. இவற்றில், பவளப்பாறைகள், அலையாத்திக் காடுகள், உப்பு நிலங்கள் எனப் பல்வேறு பகுதிகள் உள்ளன. தமிழகத்தின் தற்போதைய சராசரி வெப்பநிலை 28.8°C. ஜூன் 30, 1991 அன்று, திருத்தணியில் அதிகபட்ச வெப்பநிலை 48.4°C பதிவானது. ஊட்டியில், டிசம்பர், 2016இல், வெப்பநிலை – 2°C ஆக பதிவாகியது. மேலும், ஜனவரி, 2023இல், குறைந்த வெப்பநிலையாக 1.7°C பதிவாகியது. அண்ணா பல்கலைக்கழகத்தின் பருவநிலை மாற்றம் மற்றும் ஆராய்ச்சி மையத்தின் அறிக்கைப்படி, தமிழகத்தில் கடல்மட்டம் 0.5 மீட்டர் உயர்ந்தால், சுமார் 66,000 ஏக்கர் நிலப்பரப்பு நீரில் மூழ்கும். குறிப்பாக, கடலோர மாவட்டங்களான நாகப்பட்டினம், திருவாரூர், தஞ்சாவூர் கடல்மட்ட உயர்வு காரணமாக வெள்ள அபாயத்தில் உள்ளன. இப்படிக் கடல்மட்டம் உயர்வதால், கரையோரப் பகுதிகள் மூழ்கிவிடுவது மட்டுமல்லாமல், உட்புற நிலப்பரப்பும் அடிக்கடி வெள்ளப்பெருக்கைச் சந்திக்கும். 2021, டிசம்பர் 30 அன்று சென்னையில் கொட்டித் தீர்த்த மழை, பருவநிலை மாற்றத்தின் விளைவுகளை மீண்டும் ஒருமுறை நமக்கு நினைவூட்டியது. வடகிழக்குப் பருவமழைக் காலம் அநேகமாக முடிந்து விட்டது என்று எண்ணியிருந்த நிலையில், இந்தப்

பெருமழையை யாரும் எதிர்பார்க்கவில்லை. ஆனால், இனிவரும் காலத்தில் இத்தகைய எதிர்பாராத பெருமழையை ஆண்டின் எந்த மாதத்திலும் எதிர்கொள்ள வேண்டியிருக்கும் என்று சுற்றுச்சூழல் ஆய்வாளர்கள் எச்சரித்துவருகின்றனர்.

கார்பன் உமிழ்வு தற்போதைய விகிதத்தில் தொடர்ந்தால், இந்த நூற்றாண்டின் இறுதியில் தமிழ்நாட்டின் வெப்பநிலை $3.4^{\circ}C$ அளவுக்கு அதிகரிக்கலாம். 2100ஆம் ஆண்டுவாக்கில் கடலூர் மாவட்டம் பிச்சாவரம் அலையாத்திக் காடுகளில் மூன்றில் ஒரு பகுதி கடல் நீரில் மூழ்கிப்போகலாம். தமிழ்நாட்டைப் பொறுத்தவரை, 2005–2035, 2035–2065 மற்றும் 2065–2095 ஆகிய காலகட்டங்களில், அதிகபட்ச வெப்பநிலை உயர்வுகள் முறையே 1.0, 2.2 மற்றும் $3.1^{\circ}C$ ஆக இருக்கலாம். மேலும், இந்தக் காலகட்டங்களுக்கான வருடாந்திர மழைப்பொழிவுகள் 2–7, 1–4 மற்றும் 4–9% என்ற அளவில் குறையலாம். பருவநிலை மாற்றம் குறித்த தமிழ்நாடு மாநில செயல்திட்டம் வரவிருக்கும் ஆண்டுகளில் பருவநிலை தொடர்பான நிகழ்வுகள் 'அதி தீவிரத்துடன்' இருக்கும் என்று கணித்துள்ளது. தமிழக அரசின் சுற்றுச்சூழல், பருவநிலை மாற்றம் பற்றிய கொள்கை விளக்கக் குறிப்பு 2021–22, பருவநிலை மாற்றம் குறித்த அவசியத்தையும் விழிப்புணர்வையும் பொதுமக்களிடம் ஏற்படுத்தியுள்ளது. 2021இல் எம்.எஸ். சுவாமிநாதன் ஆராய்ச்சி அறக்கட்டளை ஆண்டு விழாவில் பேசிய தமிழக முதல்வர், பருவநிலை மாற்றத்தை, மானிடகுலத்திற்கு ஏற்பட்ட முக்கியமான பிரச்சினையாகக் கருதுவதாகத் தெரிவித்திருந்தார். 2030ஆம் ஆண்டிற்குள், மாநிலத்தின் மின்சாரத்தில் 40% புதைபடிவமற்ற எரிபொருள்களிலிருந்து பெற வேண்டும் என்பதே குறிக்கோள் எனவும் கூறினார். தென்னிந்தியாவில் பசுங்குடில் வாயுக்களை அளவீடு செய்யும் கருவி ஆடுதுறையில் அமைக்கப்பட்டுள்ளது குறிப்பிடத்தக்கதாகும்.

பருவநிலை மாற்றத்தின் தாக்கத்தினால் அதிக பாதிப்பு ஏற்படும் நாடுகளின் பட்டியலில் இந்தியா 7ஆவது இடத்தில் உள்ளது. ஒரு மாநிலத்தின் சமூக,பொருளாதார நிலை, இயற்கைப் பேரிடர்களால் ஏற்படும் பாதிப்பு, பருவநிலை மாற்றத்தின் தாக்கத்தைத் தகவமைத்துக் கொள்ளும் திறன் உள்ளிட்டவற்றைக்கொண்டு 'பருவநிலை பாதிப்புக் குறியீடு–2021' உருவாக்கப்பட்டுள்ளது. இந்தியாவில், வசிப்பவர்களில் 20இல் 5 பேர் தீவிர வானிலை நிகழ்வுகளால் பாதிப்படையக் கூடிய நிலையில் உள்ளனர். பருவநிலை பாதிப்புக் குறியீட்டின் அடிப்படையில் அஸ்ஸாம், ஆந்திரப் பிரதேசம், மஹாராஷ்டிரா

மாநிலங்கள் முதல் மூன்று இடங்களிலும் தமிழ்நாடு 12ஆவது இடத்திலும் உள்ளது. இந்தியா முழுவதும் தீவிர பருவநிலை பேரழிவு நிகழ்வுகளால் அதிகப் பாதிப்படையக் கூடிய மாவட்டங்களின் பட்டியலில் சென்னை 7ஆவது இடத்திலும் திருநெல்வேலி 23ஆம் இடத்திலும் உள்ளது

கனமழை மற்றும் வெள்ளம் 2021 – தமிழ்நாடு

48

2019–20 வெட்டுக்கிளித் தாக்குதல் பருவநிலை மாற்றத்துடன் தொடர்புடையதா?

2019 ஆம் ஆண்டின் தொடக்கத்திலிருந்தே, கிழக்கு ஆப்பிரிக்க நாடுகள் இந்தப் பாலைவன வெட்டுக்கிளி கூட்டத்துடன் போராடி வருகின்றன. வெட்டுக்கிளிகள் பயிர்களையும் மரங்களையும் அழிப்பதன் மூலம், வறட்சியைவிட மோசமான விளைவை ஏற்படுத்துகின்றன. ஆப்பிரிக்காவில் ஏற்பட்ட வெட்டுக்கிளிகளின் படையெடுப்பினால் 60,000 கோடி ரூபாய்க்கும் மேல் இழப்பு ஏற்பட்டது. 2019–20 ஆண்டுகளில் ஏற்பட்ட அசாதாரண மழைப் பொழிவுகள், குறைந்த காற்று அழுத்தம், கடும் சூறாவளிகள் போன்ற சாதகமான தட்பவெப்ப நிலையால், வழக்கத்தைவிட 400 மடங்கு அதிகமாக வெட்டுக்கிளிகள் பெருகின. பருவநிலை மாற்றத்தால் வறண்ட பகுதிகளில் மழைப்பொழிவு அதிகரித்திருப்பதும் இந்தியப் பெருங்கடல் அதிகளவு வெப்பமடைந்து வருவதும் ஆப்பிரிக்கா முதல் அரேபிய தீபகற்பம்வரை வெட்டுக்கிளிகள் பெருக முக்கியக் காரணம். பெரும்பாலும் வெள்ளம், சூறாவளிக்குப் பிறகே இந்த 'வெட்டுக்கிளி வெடிப்புகள்' ஏற்படுகின்றன. உலக வானிலை அமைப்பு கூற்றுப்படி, வறண்ட பகுதிகளில் பெய்யும் அதிக மழை, அங்குள்ள தாவரங்களின் வளர்ச்சியை ஊக்குவித்து, வெட்டுக்கிளிகளின் வளர்ச்சி, இனப்பெருக்கத்தை அதிகரிக்கிறது. இந்த வெட்டுக்கிளிகள், ஒரு நாளைக்கு 150 கிலோமீட்டர்வரை பறக்கும் திறன் கொண்டதாகும்.

இரா. மகேந்திரன், ஜெ. பழனிவேல்

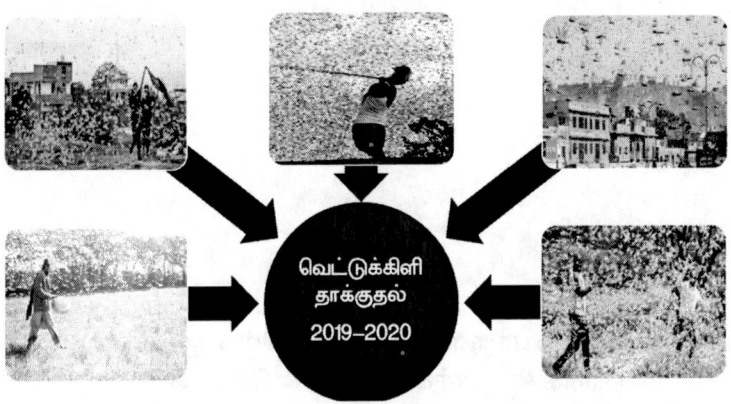

*2019*ஆம் ஆண்டு தோன்றிய சூறாவளிகள் அசாதாரண மழையால் 'இந்தியப் பெருங்கடல் டைபோல்' ஏற்பட்டது. இந்தியப் பெருங்கடலின் எதிரெதிர் துருவங்களுக்கிடையேயான நீரின் வெப்பநிலையின் வேறுபாடே 'இந்தியப் பெருங்கடல் டைபோல்'. இந்த டைபோல், ஆப்பிரிக்காவிலிருந்து ஆஸ்திரேலியா வரையிலான பருவநிலை மாற்றத்தின் முதன்மைக் காரணியாகும். இதன் தாக்கங்கள் கிழக்கு ஆப்பிரிக்காவிலிருந்து மேற்கு ஆஸ்திரேலியாவரை நீடிக்கிறது. இதனால், ஆப்பிரிக்காவின் 'கொம்பைக்' பகுதியில் சராசரியைவிட *300%* அதிகமாகவும் கென்யாவில் சராசரியை விட *400%* அதிகமாகவும் மழை பொழிந்து, வெட்டுக்கிளிகளின் இனப்பெருக்கத்தை அதிகரித்தது. *2019*இல் மட்டும் ஹார்ன் ஆஃப் ஆப்பிரிக்கா எட்டு சூறாவளிகளால் பாதிக்கப்பட்டது குறிப்பிடதக்கதாகும்.

49

உலகப் பொருளாதார பாதிப்பில் பருவநிலை மாற்றத்தின் தாக்கங்கள் என்னென்ன?

2020ஆம் ஆண்டில், உலகப் பொருளாதார மன்றம், பருவநிலை மாற்றத்தைப் பொருளாதாரம், சமூகத்திற்கு ஏற்பட்ட மிகப்பெரிய ஆபத்து எனக் குறிப்பிட்டுள்ளது. 2020இல் நிகழ்ந்த முக்கியமான 10 வானிலை சார்ந்த தீவிர நிகழ்வுகளில் 6 நிகழ்வுகள் ஆசிய கண்டத்தில் பதிவாகி உள்ளன. குறிப்பாக, இந்தியாவிலும் சீனாவிலும் ஏற்பட்ட வெள்ளப் பாதிப்புகளால் மட்டும் ரூபாய் 3 லட்சம் கோடிக்கும் அதிகமான அளவுக்குப் பாதிப்புகள் ஏற்பட்டுள்ளன. அமெரிக்காவில் ஏற்பட்ட சூறாவளி, காட்டுத்தீ பாதிப்புகளினால் சுமார் 4 லட்சம் கோடி ரூபாய்க்கும் மேல் இழப்பு நேர்ந்துள்ளது. 2020இல் இந்தியாவில் பல்வேறு மாநிலங்களில் ஏற்பட்ட வெள்ளப்பாதிப்புகளின் காரணமாக இரண்டாயிரத்திற்கும் மேற்பட்டோர் உயிரிழந்ததுடன், லட்சக்கணக்கானோர் தங்களது வசிப்பிடங்களைவிட்டு இடம்பெயர வேண்டிய சூழ்நிலையும் உண்டாகியது. இதில், காப்பீடு செய்யப்பட்ட இழப்புகளின் மதிப்பு மட்டும் சுமார் ரூபாய் 70,000 கோடி. எனினும், இந்த ஆண்டு இந்தியாவைக் காட்டிலும் சீனாவே வெள்ளப்பாதிப்புகளினால் பேரிழப்பைச் சந்தித்தது. 2020இல் உண்டான 'சியாரா' புயல் காரணமாக அயர்லாந்து, பிரிட்டன் உள்ளிட்ட ஐரோப்பிய நாடுகளில் பெரும் சேதம் ஏற்பட்டது. இதனால், 14 பேர் உயிரிழந்ததுடன், 20,000 கோடி ரூபாய்க்கும் மேல் இழப்புகள் ஏற்பட்டன. 2017ஆம் ஆண்டில், பருவநிலை மாற்றத்தின் காரணமாக உண்டான

தீவிர வானிலை நிகழ்வுகளால் சுமார் 100 பில்லியன் டாலர் சேதம் ஏற்பட்டது. தீவிர வானிலை நிகழ்வுகளின் விளைவாக, கடந்த 20 ஆண்டுகளில் மட்டும், சுமார் 5,00,000 பேர் வரை இறந்துள்ளனர். 3.5 டிரில்லியன் அமெரிக்க டாலர்கள் வரை சேதம் ஏற்பட்டது. 2050ஆம் ஆண்டுக்குள், பருவநிலை மாற்றத்தின் விளைவுகளால், உலகப் பொருளாதாரத்தில் சுமார் 10% வரை இழப்பு உண்டாகும். குறிப்பாக, சீனா தனது மொத்த உள்நாட்டு உற்பத்தியில் கிட்டத்தட்ட 24% வரை இழக்கும் அபாயத்தில் உள்ளது. அமெரிக்கா, கனடா, ஐரோப்பா சுமார் 10–11% வரை இழக்க நேரிடும். மலேசியா, தாய்லாந்து, இந்தியா, பிலிப்பைன்ஸ், இந்தோனேஷியா ஆகியவை பூமி வெப்பமடைதலின் விளைவுகளைத் தவிர்க்க குறைந்த பொருளாதாரத்தையே கொண்டுள்ளன. பருவநிலை மாற்றம், 2050க்குள் உலகப் பொருளாதாரத்தை யு.எஸ். $ 23 டிரில்லியன் வரை குறைக்கலாம். பருவநிலை மாற்றத்தின் தாக்கம் தொடர்பான பேரிடர்கள் முன்னெப்போதும் இல்லாத வகையில் அதிகரித்து வருவதாகவும் இது வருங்காலத்திலும் தொடருமென்றும் ஆராய்ச்சியாளர்கள் தெரிவிக்கின்றனர். குறிப்பாக, வளரும் மற்றும் ஏழை நாடுகள் கடுமையாகப் பாதிக்கப்படக்கூடும்.

50

நம்முடைய உடல், மன ஆரோக்கியத்தைப் பருவநிலை மாற்றம் எவ்வாறு பாதிக்கிறது?

நம்மால் அதிகபட்ச வெப்பநிலையாக 41.6–42°C வரை, சுமார் 45 நிமிடங்கள் முதல் 8 மணி நேரம் வரை தாங்கிக்கொள்ள முடியும். அதன் பின்னர், அனைத்து செல்லுலார் கட்டமைப்புகளும் செயலிழந்துவிடும். ஹைபர்தர்மியா என்பது அசாதாரணமான அதிக உடல் வெப்பநிலை. நம் உடல் வெளியிடக்கூடிய வெப்பத்தைவிட அதிக வெப்பத்தை உறிஞ்சும் போது 'ஹைபர்தர்மியா' ஏற்படுகிறது. நம் உடலின் சராசரி வெப்பநிலை 37°C. புவி வெப்பமடைவதால் இருதய நோய், சுவாச நோய், நிமோனியா, சிறுநீரக நோய், நரம்பியல் நோய், கண் நோய், தோல் நோய், இரைப்பை

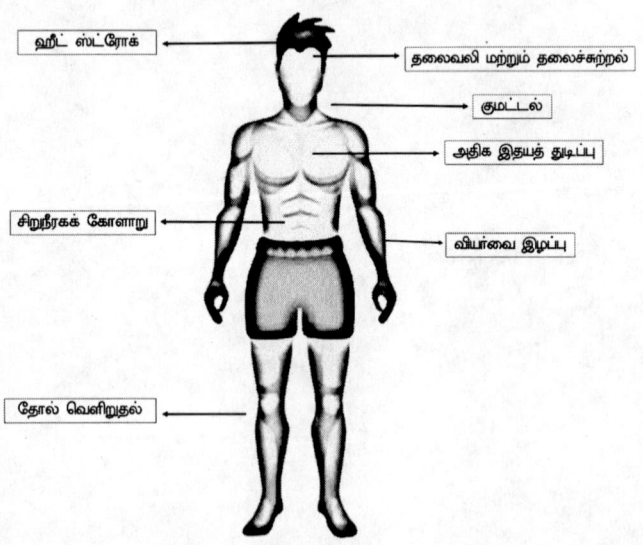

இரா. மகேந்திரன், ஜெ. பழனிவேல்

குடல் நோய் போன்ற அதிவெப்பம் தொடர்பான நோய்கள் தோன்றலாம். உடல் வெப்பநிலை அதிகரிப்பது அதிக வியர்வை, ஈரமான சருமம், நீரிழப்பு, சோர்வு, தலைவலி, தலைச்சுற்றல், பலவீனமான இதயத்துடிப்பு, குமட்டல், ஸ்ட்ரோக் ஏற்படலாம். 'ஹீட் ஸ்ட்ரோக்' என்பது அதிவெப்பம் தொடர்பான மிகக் கடுமையான நரம்பியல் பாதிப்பாகும். அதிவெப்பநிலை நமது மனஆரோக்கியத்தையும் பாதிக்கிறது. உதாரணமாக, நியூயார்க்கில் நடந்த சமீபத்திய ஆய்வில், அதிவெப்ப நாட்களில் போதைப்பொருள் பயன்பாடு, மனநிலை பாதிப்பு ஏற்படுவது கண்டறியப்பட்டது.

51

பருவநிலை மாற்றத்தின் முக்கிய அச்சுறுத்தல்கள் யாவை?

உலக வெப்பநிலை 1880லிருந்து $1.18°C$ அதிகரித்து, வருடத்திற்கு 428 பில்லியன் மெட்ரிக் டன் பனிக்கட்டிகள் உருகியும் கடல்மட்டம் ஆண்டுக்கு 3.4 மி.மீ. உயர்ந்தும் வருகின்றன. பருவநிலை மாற்றம் தொடர்பான பேரழிவுகளின் எண்ணிக்கை, கடந்த 50 ஆண்டுகளில் 5 மடங்கு அதிகரித்துள்ளதும் உலகளாவிய கடல்மட்டம் கடந்த நூற்றாண்டில் 20 செ.மீ. உயர்ந்திருப்பதும் கடல்களின் அமிலத் தன்மை சுமார் 40% அதிகரித்துள்ளதும் கவனிக்கத் தக்கது. இதனால், அடிக்கடி வெள்ளமும் வறட்சியும் ஏற்பட்டு மக்கள் பாதிப்புக்கு உள்ளாகின்றனர். உழவுத்தொழிலைக் கைவிட்டு 'பருவநிலை அகதி'களாக விவசாயிகள் இடம் பெயர நேரிடும். நீர்நிலைகள் மிக மோசமாக மாசுபடுதல், குடிநீர்த் தட்டுப்பாடு, ஊட்டச் சத்துக்குறைவு, எதிர்பாராத கடுமையான வெப்ப அலைகள், கடல் நீர் நிலத்தடியில் உட்புகுதல், வெப்பமண்டலத் தொற்று நோய்களின் பரவல் அதிகரிப்பு எனப் பெரும் அழிவுகள் ஏற்படும். சமீபத்திய ஆண்டுகளில், கடந்த அறுபது ஆண்டுகளை விட அதிக இறப்புகள் 'திடீர் வெப்ப அலைகளால்' நிகழ்ந்துள்ளன. பருவநிலை மாற்றத்தால், கடந்த இருபது வருடங்களாக பூமியின் 'ஒளி' (ஆல்பிடோ) பிரதிபலிப்பில்கூட வீழ்ச்சி இருப்பதை ஆராய்ச்சியாளர்கள் கண்டுபிடித் துள்ளனர். ஆல்பிடோ என்பது சூரியனின் கதிர்கள் பூமியின் மேற்பரப்பில் பட்டு, விண்வெளிக்குத் திரும்பும் நிகழ்வாகும். அடர்த்தியான மேகங்களின்

இரா. மகேந்திரன், ஜெ. பழனிவேல்

ஆல்பிடோ சுமார் 90%. பூமி 20 ஆண்டுகளுக்கு முன்பு இருந்ததை விட, இப்போது குறைவான ஒளியையே பிரதிபலிக்கிறது. கடந்த மூன்று ஆண்டுகளில் தான் பெரும்பாலான 'ஆல்பிடோ வீழ்ச்சி' ஏற்பட்டது.

1994–2017 இடையில், பூமியில் 28 டிரில்லியன் டன் பனி உருகியதாக 'தி கிரையோஸ்பியரில்' வெளியிடப்பட்ட ஆய்வுக் கட்டுரை தெரிவித்துள்ளது. புதைபடிவ எரிபொருட்களை எரிப்பதால் உண்டாகும் நுண்துகள்களால் ஆண்டுதோறும் சுமார் 8.7 மில்லியன் மக்கள் உயிரிழக்கின்றனர் (சீனா–2.4 மில்லியன், இந்தியா–2.5 மில்லியன்). உலகளவில், 2020 செப்டம்பர் முதல், 2021 பிப்ரவரி வரை பருவநிலை மாற்றத்தின் தாக்கங்களால் சுமார் 12.5 மில்லியன் மக்கள் இடம்பெயர்ந்துள்ளனர். நேச்சர் கிளைமேட் சேஞ்ச் ஆய்விதழில், பருவநிலை மாற்றத்தால் 1961 முதல் உலகளாவிய விவசாய உற்பத்தி சுமார் 21% குறைத்துள்ளது என்று குறிப்பிட்டுள்ளது. நேச்சர் ஜியோ சயின்ஸில் வெளியிடப்பட்ட ஒரு ஆய்வில், கிரீன்லாந்தின் பனிக்கட்டியில் உள்ள பாதரசம் உருகிவருவதாகக் குறிப்பிட்டிருப்பது உலகளவில் முக்கியத்துவம் வாய்ந்ததாகக் கருதப்படுகிறது. நேச்சர் கிளைமேட் சேஞ்ச் ஆய்விதழில் வெளியான மற்றொரு கட்டுரையில், 1991–2018 வரையிலான 'அதி வெப்பம்' தொடர்பான இறப்புகளுக்கு, 37% பருவநிலை மாற்றம் காரணமாகும். 2005–2019 வரை, உலகளாவிய 'ஆற்றல் சமநிலையின்மை' இரட்டிப்பாவதை செயற்கைக்கோள் அவதானிப்புகள் காட்டுகின்றன. 2001ஆம் ஆண்டு முதல், அமேசான் காட்டில் ஏற்பட்ட காட்டுத்தீ, சுற்றுச்சூழல், பல்லுயிரியலைப் பெரிதும் பாதித்துவருகிறது. ஒவ்வொரு வருடமும் கோடைக்காலங்களில் காட்டுத்தீ பரவி வருகிறது. இதனால் வனவிலங்குகளும் காடுகளின் சுற்றுச்சூழலும் கடுமையாகப் பாதிக்கப்படுகின்றன.

பருவநிலை மாற்றத்தால் மாசடையும் காற்றினால், உலகின் பெரும்பாலான நகரங்கள் பாதிப்படைகின்றன. இந்தியாவிலும் மிக மோசமான காற்று மாசுபாடு உள்ளது. உலக அளவில் அதிக காற்று மாசுபாடு கொண்ட 30 நகரங்களில் 22 நகரங்கள் இந்தியாவில் உள்ளன. இந்தியாவில் ஒவ்வொரு ஆண்டும் 10 லட்சம் பேருக்கு மேல் காற்று மாசுபாட்டால் உயிரிழக்கின்றனர். உலக மக்கள்தொகையில் 40%க்கும் அதிகமான மக்கள் நன்னீர் பற்றாக்குறையில் வாழ்கின்றனர். நில மற்றும் கடல் வாழ் இனங்கள் வெப்பநிலை அதிகரிப்பால் தங்கள் வாழ்விடங்களை மாற்றுகின்றன. 'சூழலியல் அழுத்தம்' உண்டாகும்போது அதற்குத் தாக்குப்பிடிக்கக்கூடிய விலங்குகள்

உயிர்பிழைத்துவிடும். ஆனால், மற்ற விலங்குகள் இறந்துவிடும். அதிக வெப்பம் காரணமாக ஆப்பிரிக்காவில் வௌவால்கள் இறந்ததும் பிறகு அவற்றிலிருந்து 'எபோலா' பரவியதும் இதற்கு உதாரணம். நம் செயல்பாட்டினால் சூழல் சமன்பாடின்மை ஏற்பட்டு 'சூழலியல் அழுத்தத்தை' உண்டாக்குகிறது.

காலநிலை மாற்றத்தின்
தாக்கங்கள்

52

பருவநிலை மாற்றத்தைத் தடுக்க புதுப்பிக்கத்தக்க ஆற்றல்கள் என்னென்ன தேவை? பருவநிலை மாற்றத் தணிப்பில் இவற்றின் பங்கு என்ன?

காற்று, சூரிய ஒளி, நீர், மின்சாரம், கடல் அலை, பூமியின் உள்வெப்பம் போன்ற ‘மீண்டும் மீண்டும்’ பயன்படுத்தக்கூடிய இயற்கை வளங்களைக் கொண்டு உற்பத்தி செய்யப்படும் ஆற்றலே ‘புதுப்பிக்கத்தக்க ஆற்றல்’. 2015ஆம் ஆண்டு பாரிஸ் ஒப்பந்தத்தின் குறிக்கோள்களை நிறைவேற்றுவதற்கும் மோசமான பருவநிலை மாற்ற பாதிப்புகளைத் தவிர்ப்பதற்கும் நாம் குறைந்தபட்சம் ஒன்பது மடங்கு ‘புதுப்பிக்கத்தக்க ஆற்றலை’ அதிகரிக்க வேண்டிய கட்டாயத்தில் உள்ளோம். இந்தியா, வரும் 2030ஆம் ஆண்டுக்குள் தனது ஆற்றல் தேவைகளில், 50% புதுப்பிக்கத்தக்க ஆற்றலைக் கொண்டு பூர்த்தி செய்வதாக, 2021, நவம்பர், 1 அன்று அறிவித்தது. தற்போது, இந்தியா தனது ஆற்றல் தேவைகளில், சுமார் 26.4% சூரிய, காற்று போன்ற புதுப்பிக்கத்தக்க ஆற்றல் மூலங்களிலிருந்து பெறுகிறது. குறிப்பாக, இந்தியா 7,600கி.மீ. நீளமுள்ள கடற்கரையைக் கொண்டிருந்த போதும், கடலோர காற்றாலை ஆற்றல் இன்னும் பெரிதாக உற்பத்தி செய்யப்பட வில்லை. ஆனால், 2050ஆம் ஆண்டுக்குள் 140 ஜிகாவாட் காற்றாலை ஆற்றல் உற்பத்தி செய்யும் திறனைக்கொண்டதாக இந்தியா இருக்கும். இதில் குஜராத், தமிழ்நாடு 71ஜிகாவாட் மின்சாரத்தை உற்பத்தி செய்யும். குளோபல் விண்ட் எனர்ஜி கவுன்சில்– 2021இன் அறிக்கையின்படி, உலகளவில், காற்றாலை ஆற்றல் உற்பத்தி, 2019இல் 29.2 ஜிகாவாட்டில் இருந்து, 2020இல் 35.3 ஜிகாவாட்டாக வளர்ந்துள்ளது. குஜராத்தில், 36 ஜிகாவாட் கடலோர காற்றாலை ஆற்றலும், தமிழ்நாட்டில் 35 ஜிகாவாட் கடலோர

காற்றாலை ஆற்றலும் பெறப்படலாம் என்று தேசியக் காற்றாலை ஆற்றல் நிறுவனம் மதிப்பிட்டுள்ளது. மன்னார் வளைகுடாவில், இந்தியாவின் முதல் கடல் மிதக்கும் காற்று பூங்கா அமைப்பதற்காக, டென்மார்க்குடன் தமிழ்நாடு ஒப்பந்தம் செய்துகொண்டது குறிப்பிடத்தக்கது.

உலகின் முதல் மிதக்கும் காற்றாலை (30 மெகாவாட்), ஸ்காட்லாந்தில் அமைக்கப்பட்டது. 'பிளேடு லஸ்' காற்று விசையாழி என்பது வளைந்த மேல் உருளை விசையாழி. அதன் முக்கியக் கூறுகள் காற்றுடன் எதிரொலித்து மின்சாரத்தை உருவாக்குகிறது. இது பிளேடால் இயக்கப்படும் காற்றாலை விசையாழிகளை விட மிகச்சிறிய இடத்தையே ஆக்கிரமிக்கிறது. நேச்சர் ஆய்விதழில் வெளியிடப்பட்ட ஆய்வின்படி, நீர்நிலைகளுக்கு மேலே அமைக்கப்பட்ட சோலார் பேனல்கள் அதிக திறன் கொண்டதாகவும், நீர் ஆவியாதலைக் குறைக்கும் வகையிலும் உள்ளது. மின்னாற்றல் பெரிய பொருட்செலவில், அபாயகரமான பருவநிலை மாற்றத்துக்குக் காரணிகளை உமிழ்ந்து உற்பத்தி செய்யப்படுகிறது என்பதை நாம் அறிவோம். இப்படி உற்பத்தி செய்யப்படும் மின்னாற்றல் மனிதர்களால் மிகப் பெரிய அளவில் வீணடிக்கப்படுவது வேதனைக்குரியது. இவ்வாறு மின்னாற்றல் வீணடிக்கப்படுவதைத் தவிர்த்தலும், நாம் பருவநிலை மாற்றம் தொடர்பான அபாயங்களைத் தவிர்க்க உதவும்.

மிதக்கும் காற்றாலை

மிதக்கும் சோலார் பேனல்

இறக்கையற்ற காற்று விசையாழி

இரா. மகேந்திரன், ஜெ. பழனிவேல்

53

பருவநிலை மாற்றத்தைப் பற்றிய தவறான புரிதல்களும் உண்மைகளும் என்ன?

தவறான கருத்து *1. பூமியின் பருவநிலை எப்போதும் மாறிக்கொண்டே இருந்திருக்கிறது.*

உண்மை: பூமியின் 4.5 பில்லியன் ஆண்டு கால வரலாற்றில், பருவநிலை மாறி வருவது உண்மைதான். இருப்பினும், இந்த மாற்றங்கள் 'மிலன்கோவிச் சுழற்சிகளால்' யூகிக்கக்கூடிய இடைவெளிகளில் நிகழ்ந்தது. ஆனால் இப்போது நாம் காணும் பூமி வெப்பமயமாதல் இயற்கைக்கு மாறானது. ஆயிரக்கணக்கான ஆண்டுகளாக நிகழும் பருவநிலை மாற்றங்கள், இப்போது மிக குறுகிய காலத்தில் நிகழ்ந்துவருகின்றன .

தவறான கருத்து *2. பருவநிலை மாற்றம் பெரிதாக எதிர்காலத்தைப் பாதிக்கப் போவதில்லை.*

உண்மை: இது உண்மை அல்ல. புவி வெப்பமடைதலை, எதிர்வரும் 12 ஆண்டுகளில் 1.5°Cக்குள் கட்டுப்படுத்த வேண்டும் என ஆய்வாளர்கள் எச்சரித்துவருகின்றனர். உணவுப் பற்றாக்குறை, பனிப்பாறைகள் உருகுதல், வெப்ப அலைகள், அதிதீவிர வானிலை நிகழ்வுகள், நீர் வளங்கள் குறைதல், அதிகரித்து வரும் விலங்கினங்களின் புலம் பெயர்தல், தொற்றுநோய் பரவல் போன்ற பருவநிலை மாற்றம் தொடர்பான விளைவுகளை நாம் பார்த்து வருகிறோம்.

தவறான கருத்து *3. பருவநிலை மாற்றத்திற்கு ஏற்ப விலங்குகள், தாவரங்கள் தங்களைத் தகவமைத்துக் கொள்ளும்.*

உண்மை: இது உண்மை அல்ல. சில தாவரங்கள், விலங்குகள் மட்டும் தகவமைத்துக்கொள்ளும். ஆனால் அனைத்தும் அல்ல. பல உயிரினங்கள் மாறிவரும் சூழலுக்கு ஏற்றவாறு தங்களை மாற்றியமைக்க இயலாது. தற்போது சிவப்புப் பட்டியலில் உள்ள 10,967 உயிரினங்களைப் பருவநிலை மாற்றம் பெரிதும் பாதிக்கிறது. ஏற்கனவே, 47 சதவீதப் பாலூட்டிகள், 23 சதவீதப் பறவைகள் பருவநிலை மாற்றத்தால் பாதிப்படைந்துள்ளன.

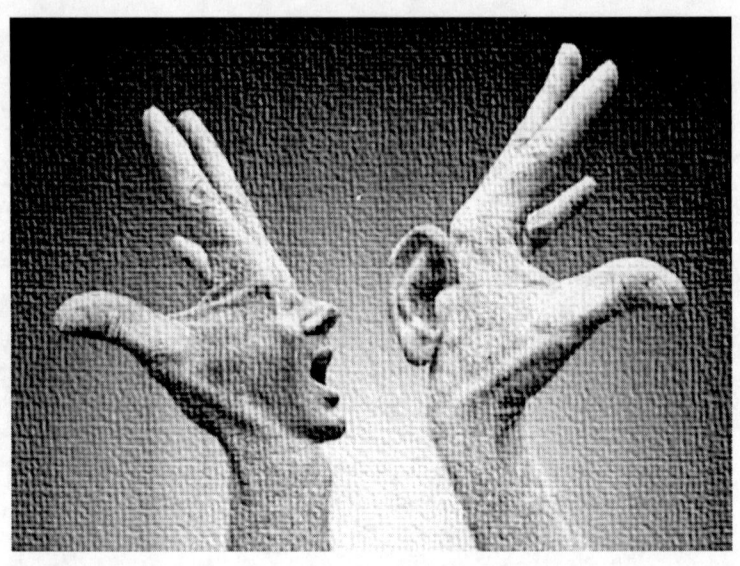

தவறான கருத்து 4: புவி வெப்பமடைதல் உண்மை அல்ல.

உண்மை: 1856ஆம் ஆண்டில், அமெரிக்க இயற்பியலாளர் யூனிஸ் சூரியகதிர்கள் படுமாறு வைக்கப்பட்ட CO_2 கண்ணாடி பாட்டில், வளிமண்டல வெப்பநிலையைவிட அதிக வெப்பநிலைக்கு உயர்ந்தது என்பதைக் கண்டுபிடித்துப் புவி வெப்பமடைதலில் CO_2வின் பங்கை நிரூபித்தார்.

தவறான புரிதல் 5: பருவகால சுழற்சிகள் மாற்றமடைந்து வருகின்றன.

உண்மை: வசந்த காலம் போன்ற பருவங்கள் உலகம் முழுவதும் முக்கியமானவை. ஆய்வின்படி, கோடை, வசந்தம், குளிர் மற்றும் இலையுதிர் காலங்களின் சுழற்சியில் பெரும் மாற்றங்கள் நிகழ்ந்து வருகின்றன.

தவறான புரிதல் 6: புவி வெப்பமடைதலுக்குச் சூரியவெப்பமே காரணம்.

இரா. மகேந்திரன், ஜெ. பழனிவேல்

உண்மை: இல்லை. சூரியவெப்பம் பூமியின் பருவநிலையைச் சிறிதளவு பாதிக்கலாம். ஆனால், சமீபத்திய ஆண்டுகளில் பூமி வெப்பமயமாதலுக்கு முதன்மையான காரணம் மனிதர்களால் வெளியிடப்படும் பசுங்குடில் வாயுக்களே.

தவறான புரிதல் 7: பருவநிலை மாற்றத்திற்கு சீனாவே காரணம்.

உண்மை: பருவநிலை மாற்றம் என்பது நம் அனைவரையும் பாதிக்கும் உலகளாவிய சவாலாகும். புவி வெப்பமடைதலில் ஒவ்வொரு நாடும் பங்கு வகிக்கிறது. உலகின் மற்ற எந்த நாட்டையும் விட சீனா அதிக CO_2வை வெளியிடுகிறது என்பது உண்மைதான். ஆனால், அவர்களின் தனிநபர் உமிழ்வு, ஆஸ்திரேலியா, அமெரிக்கா போன்ற நாடுகளைவிடக் குறைவு. அமெரிக்கர்கள் சீனர்களைவிட ஆண்டுக்கு இரண்டு மடங்கு அதிகமாக CO_2வை வெளியிடுகின்றனர்.

தவறான புரிதல் 8: பருவநிலை மாற்றத்தைக் குறைப்பதற்கான காலம் கடந்துவிட்டது.

உண்மை: பருவநிலை மாற்றம் குறித்த தவறான புரிதல்களில் இதுவும் ஒன்று. பருவநிலை மாற்றத்தைத் தணிக்க, விளைவுகளைத் தவிர்க்க நமக்குச் சில காலம் உள்ளது.

பருவநிலை மாற்றம்

54

பருவநிலை மாற்றத்திற்கு எதிராகச் சமூக ஆர்வலர்களின் நடவடிக்கைகள் யாவை?

கிரெட்டா துன்பர்க், இவர் சுவீடன் நாட்டைச் சார்ந்த 'பருவநிலை மாற்றத்தை' தடுக்கப் போராடும், இளம் சுற்றுச்சூழல் ஆர்வலர். இவரின் 'பிரைடேஸ் பார் பியூச்சர்', 'ஸ்கூல் ஸ்ட்ரைக் பார் தி கிளைமேட் சேன்ஜ்' போன்ற பருவநிலை மாற்றத்திற்கு எதிரான போராட்டங்கள் குறிப்பிடத்தக்கது. இவர் ஐக்கிய நாடுகளின் பருவநிலை மாநாடு, உலகப் பொருளாதார மன்றத்தின் ஆண்டுக் கூட்டம், ஐ.நா. சபை, பிரிட்டன் நாடாளுமன்றம், ஐரோப்பிய ஒன்றியம், COP–26 நிகழ்வுகளில் பருவநிலை மாற்றத்தின் விளைவுகளைப் பற்றி பேசியுள்ளார். இவர், உலகின் சக்திவாய்ந்த 100 பெண்களின் ஃபோர்ப்ஸ் பட்டியலில் (2019), அமைதிக்கான நோபல் பரிசுக்குத் தொடர்ச்சியாக மூன்று முறை (2019, 2020 மற்றும் 2021) பரிந்துரைக்கப்பட்டார்.

சுற்றுச்சூழல் பாதுகாப்பு குறித்த, சிறந்த கண்டுபிடிப்புகளுக்கு வழங்கும் 'எர்த்ஷாட்' விருது போட்டிக்குத் தமிழக மாணவி வினிஷா உமாசங்கர் தேர்வாகியுள்ளார். இவர் 'சூரிய ஒளியில் இயங்கும் இஸ்திரி வண்டி'யை உருவாக்கியுள்ளார். தெற்கு பசிபிக் கடலில் உள்ள துவாலு தீவின் வெளியுறவுத் துறை அமைச்சர் சைமன் கோஃபே கடல்நீரில் நின்றபடி தனது மாநாட்டு உரையை வழங்கினார். பருவநிலை மாற்றத்தால் 'சிறிய தீவுகள்' மூழ்கும் அபாயத்தில் இருப்பதைப் பிற உலக நாடுகளுக்கு உணர்த்தவே இப்படிச் செய்தார். வாங்கரி மாத்தாய் 1940, ஏப்ரல், 1 2011 செப்டம்பர் 25 கென்யாவைச் சேர்ந்த சுற்றுச்சூழல் ஆர்வலர் ஆவார். 1991ஆம் ஆண்டு சுற்றுச்சூழல்

பணிக்காக வழங்கப்படும் 'கோல்டுமேன் சுற்றுச்சூழல் விருதைப்' பெற்றார். 2004ஆம் ஆண்டு நிலையான அபிவிருத்தி அமைதிப் பணிகளுக்காக அமைதிக்கான நோபல் பரிசு பெற்றார்.

நம்மாழ்வார் பருவநிலை மாற்றத்தைக் கணித்து இனி 'பருவமழை' இல்லை 'புயல் மழை'தான் என 30 ஆண்டுகளுக்கு முன்பே கூறினார். இனி போர்க்கால அடிப்படையில் காடுகளை உருவாக்க வேண்டும் என்றார். தியடோர் பாஸ்கரன் சூழலியல், காட்டுயிர் ஆர்வலர் ஆவார். தற்போது உலகக் காட்டுயிர் நிதியத்தின் இந்தியக்கிளையின் அறங்காவலர் குழுவில் இடம் பெற்றுள்ளார். காட்டுயிர் பற்றி இவர் எழுதிய கட்டுரைகளின் தொகுப்பு 'தி டான்ஸ் ஆஃப் தி சாரஸ்' என்னும் பெயரில் 1998இல் ஆக்ஸ்ஃபோர்டு பல்கலைக்கழகப் பதிப்பகத்தால் வெளியிடப்பட்டது. 2018இல், இவர் எழுதிய சுற்றுச்சூழலியல் தொடர்பான 'கையில் இருக்கும் பூமி' வெளியானது குறிப்பிடத்தக்கதாகும். இவரது கட்டுரைகள் ஆராய்ச்சி இதழ்களிலும் பொது ஊடகங்களிலும் வெளி வந்துள்ளன. டாக்டர் வந்தனா சிவா, பருவநிலை மாற்றம் மட்டுமின்றி, நீர்ப் பற்றாக்குறை மாசுபாடு, நிலவள இழப்பு, பல்லுயிர் இழப்பு போன்ற பிரச்சினைகளுக்கு எதிராகவும் போராடிவருகிறார். சுற்றுச்சூழல் சீரழிவை எதிர்த்துப் போராடும் ஜமுனா துடு, மரங்களைச் சட்டவிரோதமாக வெட்டுவதைத் தடுக்கவும் பருவநிலை மாற்றத்திலிருந்து புவியைக் காக்கவும் போராடி வருகிறார். இவருடைய சேவையைப் பாராட்டும் வகையில் இந்திய அரசு பத்மஸ்ரீ விருதை வழங்கிக் கௌரவித்தது.

ரிதிமா பாண்டே இந்தியாவைச் சேர்ந்த சுற்றுச்சூழல் ஆர்வலர். இவர் பருவநிலை மாற்றத்திற்கு எதிரான நடவடிக்கை களை எடுக்க வாதிட்டுவருகிறார். இவர் ஒன்பது வயதாக இருந்தபோதே, பருவநிலை மாற்றத்தைத் தணிக்கப் போதுமான நடவடிக்கைகளை எடுக்காததற்காக இந்திய அரசாங்கத்திற்கு எதிராக வழக்கு தொடர்ந்தார். 'பூவுலகின் நண்பர்கள்' என்ற இயக்கம் 1990களில் சுற்றுச்சூழலில் ஆர்வமுள்ள இளைஞர்களால் தொடங்கப்பட்டது. சுற்றுச்சூழல் பிரச்சினைகள் சார்ந்த கட்டுரைகளை வெளியிடுவது, சுற்றுச்சூழல் பிரச்சினைகளுக்கான தீர்வுகளைப் பரிந்துரைப்பது, தொடர்பியல் கருவிகள் மூலம் விழிப்புணர்வு ஏற்படுத்துவது, சுற்றுச்சூழல் கல்வி மற்றும் பயிற்சியளிப்பது, சட்ட ஆலோசனை வழங்குவது என அனைத்து மக்களிடமும் சுற்றுச்சூழல் விழிப்புணர்வை உருவாக்கும் பணியை இவ்வியக்கம் செய்து வருகிறது.

55

பருவநிலை மாற்ற விளைவுகளை மட்டுப்படுத்துவதில்/தவிர்ப்பதில் தமிழ் நாடு அரசின் செயல் திட்டங்கள், நடவடிக்கைகள் என்னென்ன?

2021/2022 கணக்கெடுப்பின்படி, தமிழ்நாடு 7.64 கோடி மக்கள்தொகையுடன், 1,30,058 சதுர கிலோமீட்டர் நிலப்பரப்பைக்கொண்டுள்ளது. இது, இந்தியாவின் இரண்டாவது மிக நீளமான கடற்கரையைக் (1070 கி.மீ.) கொண்டுள்ளதால், கடல் மட்ட உயர்தல், கடற்கரை அரிப்பால் பெரிதும் பாதிக்கப்படக்கூடிய சூழலில் உள்ளது. ஐபிசிசி அறிக்கையின்படி, 2015இல் சென்னையில் ஏற்பட்ட பெரும் வெள்ளம் மிக மோசமான இயற்கைப் பேரழிவாகும். தானே மற்றும் நீலம் (2011), வார்தா (2016), ஓகி (2017), கஜா (2018), நிவார் (2020) அதற்கு மாறாக சென்னையில் கடுமையான தண்ணீர் பஞ்சம் (2019) எனப் பருவநிலை மாற்ற விளைவுகள் மக்களின் வாழ்வாதாரத்தைச் சீர் குலைத்தன. பசுங்குடில் வாயுக்களின் வெளியேற்றம் இதே வேகத்தில் தொடர்ந்தால், தமிழ்நாட்டின் வெப்பநிலை 2025க்குள் தொழில் துறைக்கு முந்தைய காலத்தைவிட $1.0-2°C$ உயரக்கூடும் எனக் கணிக்கப்பட்டுள்ளது. பருவநிலை மாற்றத்தின் தாக்கங்களைக் குறைப்பதற்காக, தமிழ்நாடு அரசு 2014இல் பருவநிலை மாற்றம் குறித்த 'தமிழ்நாடு மாநில செயல் திட்டத்தை' உருவாக்கியது. 2021ஆம் ஆண்டில், பருவநிலை மாற்ற தணிப்பு நடவடிக்கைகளை மேம்படுத்திப் பருவநிலை மாற்றம் 2.0 என்ற செயல்திட்டத்தினையும் அறிமுகப்படுத்தியது.

இரா. மகேந்திரன், ஜெ. பழனிவேல்

2050ஆம் ஆண்டுக்குள் 'கார்பன் சமநிலை' என்ற இலக்கை அடைய 100% புதுப்பிக்கத்தக்க மின்சாரப் பயன்பாடு, வீடுகளில் சூரிய மின்உற்பத்தி பயன்பாட்டை அதிகரிப்பது, அனைத்துக் கட்டடங்களையும் குறைந்த மின்சாரம் பயன்படுத்தும் வகையில் மாற்றியமைப்பது, 100% மின்சாரப் பேருந்துகளை இயக்குவது, கழிவுகளை 100% மறுசுழற்சி செய்வது, வெள்ள அபாயத்தைத் தவிர்க்கும் வகையில் மழைநீர் வடிகால்களை மேம்படுத்துவது, பேரிடர் பாதிப்புகளிலிருந்து விரைவில் மீள்வது என தமிழ்நாடு அரசு பல செயல்திட்டங்களை உருவாக்கி யுள்ளது. பருவநிலை மாற்றம் தொடர்பான அவசரநிலை களைக் கையாள, அதிக நிதி ஒதுக்கிய மாநிலங்களில் தமிழ்நாடும் ஒன்று. தமிழ்நாட்டில் பருவநிலை மாற்றத்தின் தாக்கத்தை மட்டுப்படுத்த நீடித்த வேளாண்மை, நீர்வள மேலாண்மை, கடற்கரைப் பகுதி மேலாண்மை, வனம் மற்றும் உயிர்ப் பன்மயம், நீடித்த உறைவிடம், எரிசக்தி திறன், புதுப்பிக்கத்தக்க எரிசக்தி மற்றும் சூரிய சக்தி மற்றும் அறிவாற்றல் மேலாண்மை போன்ற ஏழு பிரிவுகளை மேம்படுத்த செயல்திட்டங்கள் முன்மொழியப்பட்டுள்ளன.

2022, டிசம்பர் 8–9 ஆகிய தினங்களில், தமிழ்நாட்டின் முதல் பருவநிலை உச்சி மாநாடு சென்னையில் நடைபெற்றது. இதில்

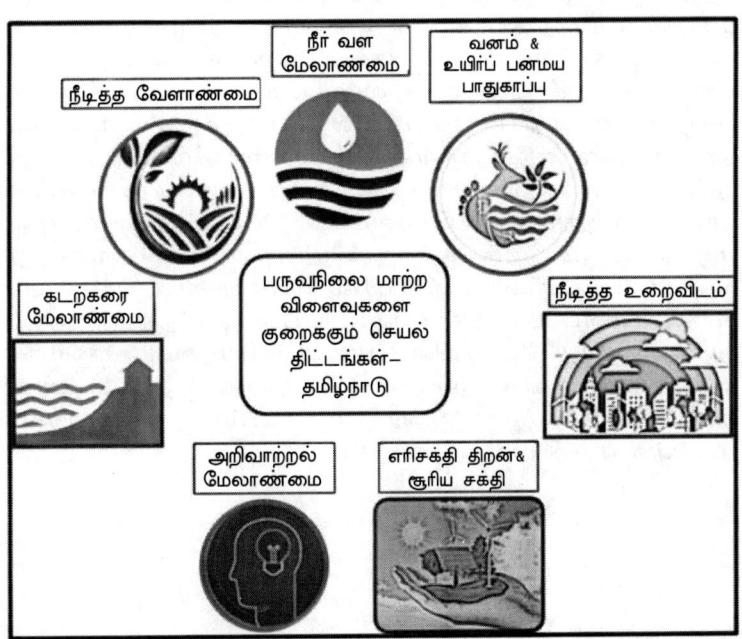

பல்வேறு அரசுத்துறை செயலர்களும், அறிவியலாளர்களும் உரையாற்றினர். இந்த மாநாட்டின் நிறைவு நிகழ்ச்சியில் கலந்துகொண்ட தமிழக முதல்வர், "இந்தியா கார்பன் சமநிலையை அடையும் என்று அறிவித்துள்ள 2070ஆம் ஆண்டிற்கு முன்னராகவே தமிழ்நாடு கார்பன் சமநிலையை அடையும்" எனக் கூறினார். பருவநிலை மாற்றத்தால் ஏற்படும் பாதிப்பு களைக் குறைக்கும் பொருட்டு தமிழ்நாடு பருவநிலை மாற்ற இயக்கம், பசுமை தமிழ்நாடு இயக்கம், தமிழ்நாடு சதுப்புநில இயக்கம் என மூன்று முக்கிய இயக்கங்களை தமிழ்நாடு அரசு தொடங்கியுள்ளது. தமிழ்நாடு பருவநிலை மாற்றத்திற்கெனத் தொடங்கப்பட்ட இயக்கத்தின் நோக்கங்களாகப் பசுமை இல்ல வாயுக்களின் வெளியேற்றத்தைக் குறைப்பதற்கான திட்டங்களைச் செயல்படுத்தல், பொதுப்போக்குவரத்துப் பயன்பாட்டை அதிகரித்தல், கல்வி நிலையங்களில் பருவநிலை கல்வியை நடைமுறைப்படுத்தல், கல்வி நிலையங்களை ஆராய்ச்சி நிலையங்களைப் பருவநிலை மாற்றம் தொடர்பான ஆராய்ச்சிகளுக்குப் பயன்படுத்துதல், பேரிடர்களைத் திறம்படக்கையாளுதல், பிளாஸ்டிக் கழிவு பிரச்சினைக்கான தீர்வினை எட்டுதல், பசுமை ஆற்றல், புதுப்பிக்கத்தக்க ஆற்றல் பயன்பாட்டின் மூலம் கார்பன் உமிழ்வைக் குறைப்பதற்கான உத்திகளை மேம்படுத்துதல் போன்றவையாகும். தமிழ்நாடு பருவநிலை மாற்ற இயக்கத்தின் ஆவணத்தில், தமிழக முதல்வரின் பசுமை புத்தாய்வுத் திட்டம், பசுமை பள்ளிக்கூடங்கள் திட்டம், பசுமையான தீர்வுகளின் மூலம் கடற்கரை வாழ்மக்களின் வாழ்விடங்களைப் பருவநிலை மாற்றத்தால் ஏற்படும் தாக்கங்களை எதிர்கொள்ளும் வகையில் மேம்படுத்துவது, குப்பைகளை வகை பிரித்து அதனை மறுசுழற்சி செய்து உரமாக மாற்றும் கரிம செறிவூட்டல் திட்டம், தமிழ்நாட்டில் பருவநிலை மாற்றம் குறித்த விழிப்புணர்வை ஏற்படுத்து வதற்கான பருவநிலை அறிவியக்கம் போன்ற திட்டங்களையும் மேற்கொள்ளப்போவதாகக் குறிப்பிடப்பட்டிருந்தது. தமிழ்நாடு அரசு ரூ. 1,000 கோடியில் 'பசுமை நிதியத்தை' உருவாக்க நடவடிக்கைகளை மேற்கொண்டு வருகிறது. முதற்கட்டமாக, ரூ. 100 கோடி தமிழ்நாடு அரசின் சார்பில் அதற்கு வழங்கப் பட்டுள்ளது குறிப்பிடத்தக்கதாகும்.

56

கார்பன் பிடிப்பு, சேமிப்பு என்றால் என்ன? நவீன கார்பன் பிடிப்புத் தொழில்நுட்பங்கள் யாவை?

1754இல், ஸ்காட்டிஷ் வேதியியலாளர் ஜோசப் பிளாக் முதன்முதலில் 'கார்பன் டை ஆக்சைடை' கண்டறிந்தார். பின்னர், 1767ஆம் ஆண்டு ஜோசப் ப்ரீஸ்ட்லி கார்பன் டை ஆக்சைடைத் தண்ணீரில் கரைத்து, இப்போது நாம் பருகும் 'கார்பனேற்றப் பட்ட பானத்தை' (சோடா) உருவாக்கினார். தீயணைப்புக் கருவியிலும், யூரியா, மெத்தனால், பாலியூரிதீன், சோடியம் சாலிசிலேட் போன்ற பயனுள்ள வேதிப்பொருட்கள் தயாரிப்பிலும் கார்பன் டை ஆக்சைடு பயன்படுத்தப்படுகிறது. அமெரிக்காவிலுள்ள ஹவாய் தீவில் இருக்கும், மவுனா லோவா என்ற இடத்தில் கணக்கிடப்படும் கார்பன்–டை–ஆக்சைடின் அளவுதான் பூமியின் ஒட்டு மொத்த வளி மண்டலத்திற்கான கார்பன் டை ஆக்சைடு தரநிலை அளவாகக் கருதப்படு கிறது. இங்கு, 2020இல் 400 பிபிஎம்க்கு மேல் கார்பன் டை ஆக்சைடின் செறிவு பதிவானது பெரும் அதிர்வலைகளை உருவாக்கியது. அளவுக்கு அதிகமான பசுங்குடில் வாயுக்கள் வெளியேற்றத் தால் இந்தியாவுக்கு ஆண்டுதோறும் ரூ.15 லட்சம் கோடி வரை பொருளாதார இழப்பு ஏற்படுவதாக ஆய்வில் தெரியவந்துள்ளது. 2050ஆம் ஆண்டிற்குள் உலகளாவிய கிரீன்ஹவுஸ் வாயுக்களின் உமிழ்வு குறைப்பில் 14% அடைய நவீன 'கார்பன் பிடிப்பு' தொழில்நுட்பம் அவசியமான ஒன்றாகும். கார்பன் பிடிப்பு என்பது கார்பன் டை ஆக்சைடை அதன் உமிழ்வு மூலத்திலேயே பிடித்து, ஆழமான

நிலத்தடிக்குக் கொண்டு சென்று சேமிப்பதாகும். கார்பன் பிடிப்பு மற்றும் சேமிப்பில், நிலக்கரி, இயற்கை எரிவாயு மூலம் இயங்கும் மின் உற்பத்தி நிலையங்கள், எஃகு, சிமெண்ட் தொழிற்சாலை போன்றவற்றிலிருந்து வெளிவரும் வாயுக்களி லிருந்து CO_2 பிரிக்கப்பட்டு, அழுத்தப்பட்டு, குழாய்கள் மூலம் சேமிப்பிற்குக்கொண்டு செல்லப்படும். பின்பு, CO_2 நிரந்தரமாக நிலத்தடியில்/கடலில் செலுத்தப்பட்டு சேமிக்கப்படுகிறது.

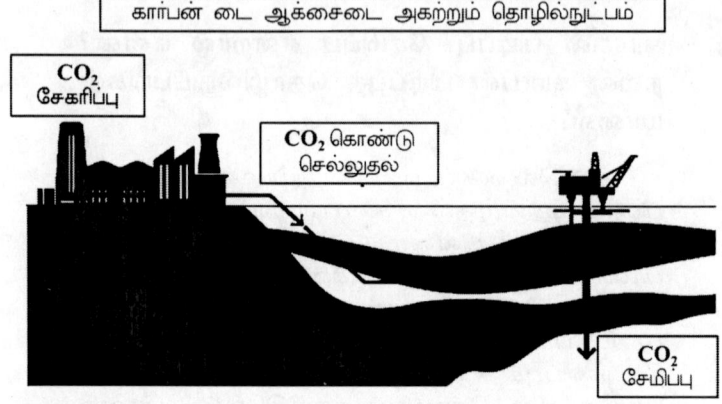

வளிமண்டல கார்பனை உறிஞ்சி, தேக்கி வைக்கும் 'கார்பன் தேக்கிகளை' அறிவியலாளர்கள் ஆய்வு செய்துவருகிறார்கள். மின்சக்தி ஆலை உமிழ்வுகளிலிருந்து கார்பன் டை ஆக்சைடைப் 'பிடிக்க' ஜியோலைட்டுகள், உலோக-கரிம கட்டமைப்பு போன்ற வேதிப்பொருட்களையும் பயன்படுத்துகிறார்கள். சமீபத்தில், வளிமண்டலத்தில் இருந்து கார்பனை அகற்றும் தொழில்நுட்பத்தை உருவாக்கியதற்காக ஐஐடி மும்பையைச் சேர்ந்த ஆராய்ச்சியாளர்கள், கிளாஸ்கோவில் நடைபெற்ற COP-26 மாநாட்டில், ரூ. 1.85 கோடி பரிசு தொகையை வென்றனர். இவர்கள், கார்பன் டை ஆக்சைடைச் சேகரித்து, அவற்றை உப்பாக மாற்றும் 'ட்ரை-மாடுலர்' தொழில்நுட்பத்தை உருவாக்கி இருந்தனர். 'எக்ஸ் ப்ரைஸ்' மற்றும் எலான் மஸ்க்கின் 'மஸ்க் பவுன்டேஷன்' ஆகியவை வளிமண்டலத்தில் இருந்து கார்பனை அகற்றுவதற்கான தொழில்நுட்பத்தைக் கண்டுபிடிப்பவர்களுக்கு ரூ. 745 கோடி வழங்குவதாக அறிவித்துள்ளது. இதில், 37 கோடி ரூபாய் மாணவர்களுக்கான விருது தொகையாகும். கார்பன் டை ஆக்சைடு மின்வேதியியல் குறைப்பு எதிர்வினை என்பது மின்ஆற்றலைப் பயன்படுத்தி கார்பன் டை ஆக்சைடைப் பயனுள்ள பொருட்களாக

இரா. மகேந்திரன், ஜெ. பழனிவேல்

மாற்றுவதாகும். இது கார்பன் உமிழ்வைப் பெருமளவு குறைக்க உதவுகிறது. மின் வேதியியல் பகுப்பாய்வின்படி, கார்பன் டை ஆக்சைடு கார்பன் மோனாக்சைடாக மாற்றப்பட்டது. ஒளி வேதியியல் மூலம் கார்பன் டை ஆக்சைடை மெத்தனால் மற்றும் எத்தனாலாக மாற்றலாம்.

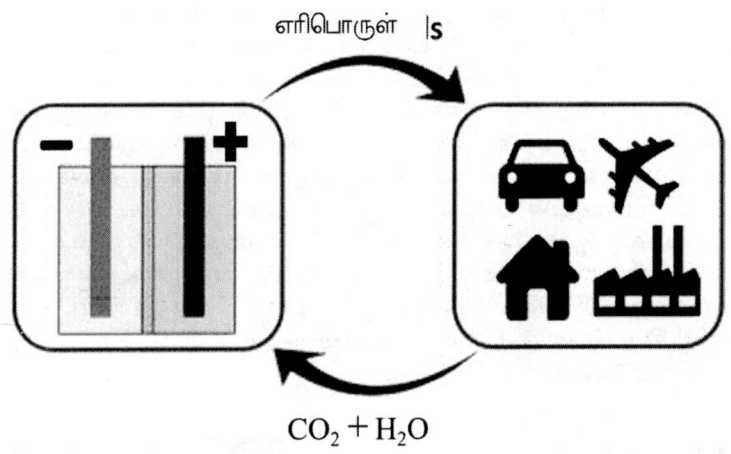

சமீபத்தில், அறிவியலாளர்கள் கார்பன் டை ஆக்சைடை மீத்தேனாக (எரிபொருள்) மாற்றும் முறையைக் கண்டறிந்துள்ளனர். புறஊதாக் கதிர்களை வேதியியல் ஊக்கியாகக்கொண்டு இந்தத் தொழில்நுட்பத்தை வடிவமைத்துள்ளனர். சையனோபாக்டீரியத்தின் மரபியல் பண்புகளை மாற்றியமைப்பதன் மூலம் கார்பன் டை ஆக்சைடை ஐசோபுயூட்டனால் எனும் திரவ எரிபொருளாகவும் அறிவியலாளர்கள் மாற்றியுள்ளனர். இந்த வேதியியல் வினையை சூரிய ஆற்றலைக்கொண்டே நிகழ்த்தினர். இந்த ஆய்வறிக்கை 'நேச்சர் பயோடெக்னாலஜி' என்ற ஆய்விதழில் வெளியாகியுள்ளது. கார்பன் டை ஆக்சைடைக் காற்றில் இருந்து வடிகட்டிப் பிரித்து அதனை நிரந்தரமாகப் புவிக்கடியில் புதைக்கும் தொழில்நுட்பத்தையும் பயன்படுத்தலாம். சிசிஎஸ் என்று அழைக்கப்படும் இந்தத் தொழில்நுட்பம் மூலம் தொழில்துறை மாசுபாடுகளைப் பெரிய அளவில் குறைக்க முடியும். இதன் மூலம் 'பிடிக்கப்படும்' கார்பன் டை ஆக்ஸைடு, திட/திரவ நிலையில் நிலத்தில் சேமிக்கப்படும். எனினும், இந்தத் தொழில்நுட்பங்கள் இன்னும் வளரும் நிலையில்தான் இருக்கின்றன. 1996 முதல் செயல்பட்டுவரும், நார்வே அருகே

கடலில் உள்ள 'ஸ்லீப்னர் செயல்திட்டம்' சிசிஎஸ் திட்டத்திற்கு ஒரு சிறந்த எடுத்துக்காட்டு. இது ஆண்டுக்கு *0.9* மில்லியன் டன் கார்பன் டை ஆக்ஸைடைச் சேமிக்கும் திறன்கொண்டது. ஒரு வருடத்திற்கு சுமார் *4,000* டன் வளிமண்டல கார்பன் டை ஆக்ஸைடை நிலத்தடியில் சேமித்து வைக்கும் மிகப்பெரிய நேரடி காற்றுப் பிடிப்பு ஆலை ஐஸ்லாந்தில் செயல்படத் தொடங்கியுள்ளது. நேச்சர் கம்யூனிகேஷன்ஸில் வெளியிடப்பட்ட ஆய்வில், 'மெலலூகா குயின்குனெர்வியா' என்ற மரத்தின் (ஆஸ்திரேலியாவிலுள்ள பட்டை மரம்) பட்டைகளில் வசிக்கும் ஆக்ஸிஜனேற்ற பாக்டீரியாக்கள், மீத்தேன் வெளியேற்றத்தை *36%* வரை குறைத்துள்ளன. சமீபத்தில், சில பூஞ்சைகள் வளிமண்டல கார்பனை மண்ணுக்குள் 'பிடித்து' வைக்கும் திறன் உள்ளதாக ஆய்வுகள் மூலம் கண்டறியப்பட்டுள்ளது. பூஞ்சைகள் இல்லையென்றால், சில நுண்ணுயிரிகள் கார்பனை வளிமண்டலத்தில் உமிழ்ந்து, நிலத்தில் கார்பன் அளவைக் குறைத்துவிடுகின்றன. 'ஸ்பாஞ்ச்'போல காற்றிலிருந்து கார்பனை உறிஞ்சி மண்ணில் தேக்கி வைப்பதில் பூஞ்சைகள் சிறப்பாகச் செயல்படுகின்றன.

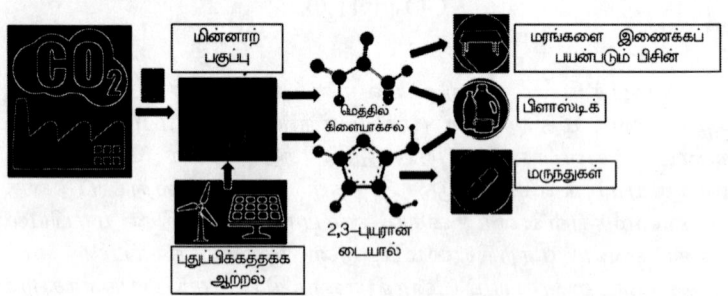

உணவுக் கழிவுகளிலிருந்து பெறப்படும் *n*–பாரஃபின் போன்ற விமான எரிபொருள்கள், புதைபடிவத்திலிருந்து பெறப்படும் விமான எரிபொருட்களுடன் ஒப்பிடும்போது, பெருமளவு *(165%)* கிரீன்ஹவுஸ் வாயு வெளியேற்றத்தை குறைக்கின்றன. கார்பன் டை ஆக்ஸைடைக் கால்நடைத் தீவனமாக மாற்றும் 'நுண்ணுயிரித் தொழில் நுட்பம்' வளர்ந்துவரும் ஒன்றாகும். சமீபத்தில், ஆஸ்திரேலியாவில் கார்பன் டை ஆக்ஸைடு, நீர், வினையூக்கி, சூரிய வெளிச்சத்தைக் கொண்டு அறிவியலாளர்கள் பசுமை எரிபொருளை உருவாக்கினர்.

57

பருவநிலை மாற்றத்தைக் குறைக்க/தவிர்க்க என்னென்ன நடவடிக்கைகள் எடுக்க வேண்டும்?

பருவநிலை மாற்றம் குறித்த பிரச்சினைகளின் தொடக்கப் புள்ளியும், அவற்றுக்கான தீர்வின் தொடக்கப் புள்ளியும் தனி மனிதர்களிடமிருந்தே தொடங்குகின்றன. நாம் முயற்சி செய்தால், பூமி வெப்பமடைதலை இந்த நூற்றாண்டின் இறுதிக்குள் கட்டுப்படுத்த முடியும். அதற்கு அனைத்து நாட்டுத் தலைவர்களும் மக்களும் கடுமையான முயற்சிகளை இப்போதிருந்தே எடுத்தாக வேண்டும். குறிப்பாக, பசுங்குடில் வாயுக்களின் வெளியேற்றத்தைப் பெருமளவு குறைக்க வேண்டும். 2050ஆம் ஆண்டுக்குள், 110 நாடுகள் 'கார்பன் சமநிலையை' அடைய இலக்கு நிர்ணயித்திருக்கின்றன. வளி மண்டலத்தில் உமிழப்படும் கார்பன் அளவும், இந்தக் கார்பனை மரங்கள் கடல்கள் உறிஞ்சும் அளவும் சம நிலையில் இருப்பதுதான் 'கார்பன் சமநிலை'. பூமி வெப்பமடைவதால் உண்டாகப்போகும் மோசமான விளைவுகளைத் தவிர்க்க, உலகளவில் பூஜ்ஜிய கார்பன் உமிழ்வை 2050க்குள் நாம் அடைய வேண்டும். இல்லையென்றால், இந்த நூற்றாண்டின் இறுதிக்குள் பூமியின் வெப்பநிலை 3–4°C உயர்ந்துவிடும் அபாயம் உள்ளது. பூமி வெப்பமடைதலை ஒரே இரவில் நம்மால் நிறுத்த முடியாது என்றாலும், பசுங்குடில் வாயுக்களின் உமிழ்வைக் குறைப்பதன் மூலம் பூமி வெப்பமடைதலைக் கட்டுப்படுத்தலாம். பருவநிலை மாற்றம், சுற்றுச்சூழல் மாசுபடுதல் ஆகியவற்றைத் தடுக்கும்வகையில் பாலைவனத்தில் சுமார் 1000 கோடி மரக்கன்றுகளை, 2030ஆம் ஆண்டிற்குள் நட சவுதி அரேபியா அரசு திட்டமிட்டுள்ளது குறிப்பிடத்தக்கதாகும். கிரீன்ஹவுஸ் வாயுக்களின் உமிழ்வு, இன்று நிறுத்தப்பட்டாலும் கூட, கடல்

நீரோட்டங்கள் மூலம், கடலின் ஆழமான பகுதியில் சேமிக்கப் பட்ட அதிகப்படியான வெப்பம் மீண்டும் மேற்பரப்புக்கு வருவதால், பூமியின் வெப்பநிலை சில வருடங்கள் தொடர்ந்து உயரும் அபாயம் உள்ளது. இந்த அதிகப்படியான வெப்பம் விண்வெளியில் பரவிய பின்புதான், பூமியின் வெப்பநிலை சீராகும். எனினும், இந்த 'மறைக்கப்பட்ட' வெப்பத்திலிருந்து, பூமி கூடுதல் வெப்பமடைவது $0.5°C$க்கு மேல் தாண்ட வாய்ப்பில்லை. தொழிற்சாலை வாகனப் புகை வெளியேற்றத்தைக் குறைப்பது, புதிய மரக்கன்றுகளை நடுவது, இரசாயன உரங்களைக் குறைப்பது, காட்டுத் தீயைக் கட்டுப்படுத்துவது, காடழிப்பு களைத் தடுப்பது, புதிய வேளாண் முறைகளை ஊக்குவிப்பது எனப் பல நடவடிக்கைகளை நாம் எடுத்தாக வேண்டும்.

சூரிய மின் தகடுகளைப் பயன்படுத்துவது, மக்காத பிளாஸ்டிக்கைத் தடைசெய்வது, மழைநீரைச் சேமிப்பது, புதைபடிவ எரிபொருள் வாகனங்களுக்குப் பதிலாக மின்சார வாகனங்களைப் பயன்படுத்துவது, வணிக பயணத்தை ரத்து செய்துவிட்டுக் காணொளி காட்சி மூலமாகக் கூட்டங்களை நடத்துவது, இறைச்சி சாப்பிடுவதைக் குறைத்துக்கொள்வது, வாகனத்தில் தனியாகச் செல்வதைத் தவிர்த்துப் பொதுப் போக்குவரத்தைப் பயன்படுத்துவது, வாகனங்களைக் குறிப்பிட்ட கால இடைவெளிகளில் தவறாமல் 'சர்வீஸ்' செய்வது, நவீன கார்பன் சேமிப்பு நுட்பங்கள் மூலம் கார்பன் டை ஆக்சைடு உமிழ்வை சமநிலைப்படுத்துவது போன்றவை சில வழிகளாகும். ஐரோப்பாவிலும் அமெரிக்காவிலும் காற்று மாசுபாட்டைக் குறைப்பதற்கு 'கார் போலிங்' முறையைக் கடைப்பிடிக்கின்றனர். ஒரே பகுதியில் வசிப்பவர்களின் குழந்தைகளை, தங்களுக்குள் முறைவைத்து, ஒரே காரில் அழைத்துச் சென்று பள்ளியில் விட்டுவிட்டு, திரும்பவும் ஒரே காரில் அழைத்து வருவதுதான் 'கார் போலிங்'. பெங்களூரு, மும்பை போன்ற நகரங்களில் இது போன்ற முயற்சிகளைத் துவங்கியுள்ளது ஆறுதலான விஷயம்.

குறிப்பாக, மிதிவண்டியைப் பயன்படுத்துவது, உடல்நலத்திற்கும் சுற்றுச்சூழலுக்கும் மிக நல்லது. தினமும் மிதிவண்டியில் செல்பவர்களுக்கு 45% புற்றுநோய் வராமல் தடுக்கப்படுவதாக நிரூபிக்கப்பட்டுள்ளது. மிதிவண்டி ஓட்டும்போது, இதயத்துடிப்பு சீராகும். இதய வலுவிழப்பு, இதய அடைப்பு போன்ற பிரச்சினைகள் தடுக்கப்படும். சர்க்கரை நோயாளிகளுக்குச் சர்க்கரையின் அளவு கட்டுக்குள் இருக்கும். மூளையின் செயல்பாடுகள் அதிகரித்து சுறுசுறுப்பு உண்டாகும். கால் தசைகள், தொடைப்பகுதி தசைகள், தண்டுவடம் மற்றும் இடுப்புப் பகுதி வலிமை பெறும். ரத்த அழுத்தம் தொடர்பான

இரா. மகேந்திரன், ஜெ. பழனிவேல்

பிரச்சினைகள் வராது. உடல்பருமனைக் குறைக்க உதவும். மன அழுத்தம், மனச்சோர்வுக்கு சிறந்த தீர்வு கிடைக்கும். அதிக வியர்வை வெளிப்படுவதால், உடலிலுள்ள கெட்ட கொழுப்புகள் குறையும்.

விமானப் போக்குவரத்தைவிட தொடர்வண்டி போக்குவரத்தே கார்பன் உமிழ்வைக் குறைக்கச் சிறந்தது. உதாரணமாக, சென்னையிலிருந்து குவாலியர்வரை, தொடர்வண்டியில் சென்றால் கார்பன் டை ஆக்ஸைடு வெளியேறுவது குறைவாகவும் (43 கிலோ), ஆனால் விமானத்தில் சென்றால் மிக அதிகமாகவும் (118 கிலோ) உள்ளது. 2070ஆம் ஆண்டிற்குள் இந்தியா 'கார்பன் நியூட்ராலிட்டி' என்ற இலக்கையும் 2030ஆம் ஆண்டளவில் மின்னாற்றலில் 50% புதுப்பிக்கத்தக்க எரிசக்தி மூலங்களிருந்தே பெறப்படும் என்று உறுதியளித்திருக்கிறது. இதனால், 2021–2030 வரையிலான மொத்த கார்பன் டை ஆக்ஸைடு வெளியேற்றத்தில் 1 பில்லியன் டன் குறையலாம். இவற்றை அடைய 8 செயல் திட்டங்களுடன், பருவநிலை மாற்றம் குறித்த தேசிய செயல்திட்டத்தை இந்திய அரசு வகுத்துள்ளது. இதற்கு முன்னோட்டமாக, டெல்லியிலுள்ள இந்திரா காந்தி சர்வதேச விமான நிலையமும் கேரளாவிலுள்ள கொச்சி சர்வதேச விமான நிலையமும் புதுப்பிக்கத்தக்க எரிசக்தியால் முழுமையாகச் செயல்படுகின்றன. பருவநிலை மாற்ற அவசரநிலைக்குத் தீர்வு காண, தமிழ்நாடு 2030க்குள் 7 துறைகளில் 199 திட்டங்களைச் செயல்படுத்தவுள்ளது. 2030ஆம் ஆண்டிற்குள் புதுப்பிக்கத்தக்க ஆற்றலிலிருந்து 40% மின்சாரத்தையும் 2027ஆம் ஆண்டிற்குள் காற்றாலை மின்சாரத்தை இரட்டிப்பாக்குவதையும் தமிழக அரசு இலக்காகக்கொண்டுள்ளது. நிதிநிலை அறிக்கை 2021–22இல், சுற்றுச்சூழல், பருவநிலை மாற்றம், வனத்துறைக்குத் தமிழக அரசு 849.21 கோடி ரூபாய் நிதி ஒதுக்கீடு செய்துள்ளது. தமிழகத்தைப் பிளாஸ்டிக் இல்லாத மாநிலமாக மாற்றவும் சுற்றுச்சூழலைப் பாதுகாக்கவும் 'மீண்டும் மஞ்சப்பை' என்ற விழிப்புணர்வு இயக்கத்தையும் தமிழக அரசு தொடங்கியுள்ளது. எனினும், உலகிலேயே சிறந்த கார்பன் பிடிப்புத் தொழில்நுட்பம் மரங்களின் 'ஒளிச்சேர்க்கை'. ஆனால், உலகில் ஒவ்வொரு நிமிடத்திற்கும் 2,400 மரங்கள் வெட்டப்பட்டு வருவது கவலைக்குரியதாகும். எனவே, பருவநிலை மாற்றத்தின் விளைவுகளைக் குறைக்க அதிக மரங்களை நட்டுப் பராமரிப்பதும் காடு வளர்ப்பை ஊக்குவிப்பதும் காடழிப்பைத் தடுப்பதுமே சிறந்த வழியாகும்.

References

1. https://www.nature.com
2. https://onlinelibrary.wiley.com/
3. https://www.sciencedirect.com/
4. https://www.freeimages.com/search/google
5. https://pikwizard.com/most-popular/free-google-images-no-copyright
6. https://www.ipcc.ch/
7. https://www.ipcc.ch/report/ar6/wg1/
8. https://www.ipcc.ch/report/ar6/wg2/
9. https://www.un.org/en/climatechange
10. https://www.epa.gov/climate-change
11. https://climate.nasa.gov/
12. https://ncar.ucar.edu/
13. https://www.ncei.noaa.gov/
14. https://www.c2es.org/
15. https://public.wmo.int/en
16. https://onlinepublichealth.gwu.edu/resources/sources-for-climate-news/
17. https://www.climate.gov/
18. http://arctic-news.blogspot.com/
19. https://www.desmog.com/

20. https://www.climatelinks.org/blog
21. https://www.accuweather.com/en/weather-blogs/climatechange
22. https://cleantechnica.com/
23. https://www.climatechangenews.com/
24. https://www.eenews.net/publication/climatewire/
25. https://www.unicef.org/india/what-we-do/climate-change
26. https://climateactiontracker.org/countries/india/
27. https://dst.gov.in/climate-change-programme
28. https://www.downtoearth.org.in/
29. https://www.dailyclimate.org/
30. https://pubs.acs.org/
31. https://www.environment.tn.gov.in/tnsapcc
32. https://unfccc.int/news/state-of-climate-in-2021-extreme-events-and-major-impacts
33. https://www.newscientist.com/article-topic/climate-change/
34. https://www.nytimes.com/section/climate
35. https://phys.org/earth-news/
36. https://insideclimatenews.org/
37. https://www.livescience.com/topics/climate
38. https://www.washingtonpost.com/climate-environment/
39. https://worldbank.org/climatechange
40. https://www.greenpeace.org/usa/
41. https://www.who.int/health-topics/climate-change
42. https://www.sciencenews.org/topic/climate